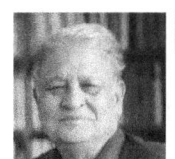

व्यंकटेश माडगूळकर

पांढरी मेंढरं हिरवी कुरणे

I0627720

मेहता पब्लिशिंग हाऊस

PANDHARI MENDHARE HIRAVI KURANE

by VYANKATESH MADGULKAR

पांढरी मेंढरे हिरवी कुरणे । प्रवासवर्णन

व्यंकटेश माडगूळकर

© ज्ञानदा नाईक

मराठी पुस्तक प्रकाशनाचे हक्क मेहता पब्लिशिंग हाऊस, पुणे.

प्रकाशक

सुनील अनिल मेहता, मेहता पब्लिशिंग हाऊस,
१९४१, सदाशिव पेठ, माडीवाले कॉलनी, पुणे - ३०.
फोन ०२०-२४४७६९२४
E-mail : info@mehtapublishinghouse.com
Website : www.mehtapublishinghouse.com

अक्षरजुळणी

इफेक्ट्स, २१/६ब, आयडिअल कॉलनी,
कोथरूड, पुणे - ३८.

मुखपृष्ठ व मांडणी

चंद्रमोहन कुलकर्णी

मुखपृष्ठावरील
लेखकाचे छायाचित्र
शेखर गोडबोले

प्रकाशनकाल

प्रथमावृत्ती १५ ऑगस्ट, १९९० / द्वितीयावृत्ती ६ एप्रिल, २००५
मेहता पब्लिशिंग हाऊस यांची तिसरी आवृत्ती मे, २०१२ /
पुनर्मुद्रण : डिसेंबर, २०१३

ISBN 978-81-8498-379-1

| एक |

एकोणीसशेसाठ साल.

दर वर्षीप्रमाणे गेल्या वर्षीही श्रावणमासामध्ये मी माडगूळला गेलो होतो. महारा-रामोशांची पोरं घेऊन रानामाळांतून हिंडण्यात; ससा, चित्तूरांची, माळढोक घोरपडींची शिकार करण्यात रजेचे तीन आठवडे भराभर निघून गेले. चेहऱ्यावर आलेली पुणेरी तुकतुकी जाऊन; तो चांगला रापलेला दिसू लागला. येताना आणलेली भट्टीची कापडं; विहिरीचं मातकट पाणी पिऊन गावात शोभतील अशी दिसू लागली. काळ्याभोर बुटाला दगडांच्या ठोकरी बसून बसून तो बांड्या बाणाचा दिसू लागला. रजा संपली. जाण्याचा दिवस जवळ आला. आला म्हणता येऊनही ठेपला.

गावाशेजारीच काळ्या रानात असलेल्या पाच खणी पत्र्यात रात्री मी सामानांची बांधाबांध करत होतो. या खेपेला शागिर्दीपणा करायला गोंदा रामोशी होता. कंदील मोठा करून तो दाही दिशेला पडलेल्या माझ्या जिनसा गोळा करत होता. 'तात्या, ही भानगड कशात बांधू?', 'तात्या, ह्यो जिन्नस कुटं बरं ठिवावा?' असं तो विचारत होता. माझं लेखनाचं सामानसुमान, बंदुका, काडतुसं, बॅटऱ्या, कपडे, पुस्तकं असल्या जिनसा गोळा करून तो त्या बांधत होता. वळकटीवर बसून मी त्याला जिनसा कोठे भरावयाच्या, ते सांगत होतो. मधूनच त्याला खोदून खोदून विचारत होतो, "गोंदा, गड्या तू दोन बायका कशा वागवतोस, तेवढा कोर्स मला दे!" गोंदा तोंडाला शेमला लावून हसत होता. सांगत होता, "तात्या, ते तुमाला जमायचं न्हाय. दोन बायका नांदवायच्या, म्हंजे हातात सारकं टिकारनं ठिवावं लागतं."

"पण तू एक बायको असताना दुसरी केलीस कशी?"

"मी बापापाशी रुसलो. म्हनलो, 'नाना, मला दुसरी बायकू पाहिजेल!' अन् मग घरी जेविनासा झालो. वानरावानी घरात हुप्प बसू लागलो. मग नाना म्हनाला, 'हाय तुझा हट, तर कर बायकू!' मग म्या केली."

"असं का? मग मीही आता आमच्या आण्णांपाशी रुसतो. म्हणतो, 'आण्णा, मला दुसरी बायको पाहिजे!' "

"छ्या, छ्या! तसं करू नका. अन्ना म्हनतील, गोंद्या रामुश्यानं आमच्या तात्याला बिघडीवला."

असा हास्यविनोद चालला होता. उद्या भल्या पहाटे बैलगाडी जोडून मला तालुक्याच्या गावी जायचं होतं आणि स्टेशनला जाणारी एस.टी. गाठायची होती.

एवढ्यात बाहेरच्या अंगाला वाळूवर पावलं वाजली. चड्डी, टोपी घातलेला शाळकरी पोरगा गावाकडून आला आणि म्हणाला, "तार आलीया पुन्याची." ही काय भानगड आहे, म्हणून मी तार फोडली आणि बांधलेल्या वळकटीवर बसूनच कंदिलाच्या प्रकाशात वाचली, 'मेलबोर्नला होणाऱ्या रुरल ब्रॉडकास्टच्या कोर्ससाठी तुम्हाला जायचे आहे. लगेच निघा.' – आकाशवाणी.

'मेलबोर्न' ही अक्षरं मी पुन्हा पुन्हा वाचली. मुंबई नव्हे, मद्रास नव्हे, मेलबोर्न! काय खूळ का वेड? मला आणि कोर्ससाठी? मेलबोर्नला? म्हणजे ऑस्ट्रेलियात जायचं आहे? छे, छे! काहीतरी घोटाळा झालेला दिसतोय. असं घडेल कसं? तार माझीच ना? हे सगळं असं अचानक कसं ठरलं? मला बिलकूल पत्ता कसा लागला नाही?

मी गोंधळलो होतो, हातातली तार सारखी उलटीपालटी करून बघत होतो, हे बघून गोंदा हबकला, बेतानं बोलला, "काय बातमी पुन्याची! यवस्तीशीर हायेत ना घराकडे समदी?"

मी मान वर करून पाहिलं, तर कंदिलाच्या उजेडात गोंदाचा चेहरा खच्चून घाबरलेला दिसला. आता याला सांगावं तरी कसं?

"मला परदेशी जायचं आहे. लगेच या, अशी कचेरीची तार आलीय."

आपलं गाव सोडून मी पुण्याला होतो, तो परदेशीच होतो, अशी गोंदाची पक्की समजूत. त्यात आणखी परदेशी म्हणजे कुठे, हे त्याला कळेना.

"म्हंजे कोंच्या देशाला?"

"लांब तिकडे विलायतेला."

यावर 'अस्सं' म्हणून त्याने घडी घालून झालेल्या माझ्या कोटावरून हात फिरवला. पण त्याचा चेहरा अजून पहिल्यासारखा झाला नव्हता. काळजी करण्यासारखं काही नाही, एवढं मात्र त्याला कळलं. कपड्यांची पेटी बंद करत तो म्हणाला, "मग हाये ह्ये सामान बांधल्यालंच. आम्ही तयारीतच आहोत म्हनावं." जणू काही बांधलेली वळकटी घेऊनच मी ऑस्ट्रेलियाला जाणार होतो!

मी गडबडीने उठलो आणि अंधारातून काळी माती तुडवत गावातल्या घरी आलो. घरी बातमी सांगताच भालचंद्र मास्तरांनी किल्ल्या देऊन एका पोराला

शाळेकडे पिटाळलं.

"जा, पृथ्वीचा नकाशा घेऊन ये!"

पाहिजे तो नकाशा आणण्यासाठी पोराने शाळेला तीन हेलपाटे घातले आणि अखेर नकाशा आला. तो भुईवर पसरून भालचंद्रमास्तर मुंबई ते मेलबोर्न हा बोटीचा मार्ग तपासू लागले. अंतराचं गणित मांडू लागले. वाटेत कोणकोणते देश लागतात, ते आजूबाजूच्या जमलेल्या पोरांना सांगू लागले. लहानगी पोरे चार पायाच्या प्राण्यासारखी हातागुडघ्यावर अंग तोलून नकाशा बघू लागली.

ही चर्चा ऐकून आई बाहेर आली. खरं तर आज कृष्णाष्टमी होती. घरगुती उत्सव होता. त्या तयारीत आई होती. बायका जमत होत्या. लोक येत होते. तशा गडबडीत ती बाहेर आली आणि चौकटीशी उभी राहून काळजी करत म्हणाली, "इतक्या लांब जायाचास का रे बाबा?"

"वा! म्हणजे काय, आली संधी कोण सोडणार?"

"होय, पण फार लांबचा प्रवास आहे रे!"

माझ्या आजोबांनी कधीकाळी गिरीला जाऊन व्यंकटेशाला अभिषेक करण्याचा नवस केला होता. पण हे परदेशी जाणं त्यांना उभ्या आयुष्यात जमलं नाही. त्यासाठी त्यांनी पुरणाची पोळी खाणं सोडलं होतं. ती त्यांना कधीच खाता आली नाही. त्यांच्यामागे माझ्या वडिलांनी पोळी खायची सोडली आणि आपल्या वडिलांचा नवस पुरा करायचं ठरवलं; पण त्यांनाही उभ्या हयातीत व्यंकटेशाचलम्‌चा प्रवास घडला नाही. शेवटी अगदी अलीकडे ग.दि.मा. जेव्हा आनंदपर्यटनाला गेले, तेव्हा गिरीला जाऊन आले. माडगूळ ते दक्षिण-भारत हा प्रवास करता करता दोन पिढ्या जाव्या लागल्या आणि आता मी माडगूळ ते मेलबोर्न हा प्रवास करायला निघालो होतो! आईची काळजी अगदी साहजिक होती.

गॅसबत्तीनं उजळलेला वाड्याचा चौक माणसांनी भरला. रात्री बारापर्यंत भजनाचा गजर झाला आणि पाळणा हलला.

फुलं पडली, सुंठवड्यानं तोंड गोड करून मी उठलो आणि रानातल्या झोपडीत येऊन अंथरुणावर पडलो. रात्रभर नीट झोप आली नाही. भल्या पहाटे उठलो आणि घरी आलो.

देवाच्या, आईच्या पायावर डोकं ठेवलं. हातावर दही घेतलं आणि घरच्या बैलगाडीत बसलो.

गावची वेस ओलांडली. गाडी हिंदकळत होती. पूर्वेला तांबडं फुटलं होतं. सकाळचा थंडगार वारा वाहत होता. गावात कोंबडे आरवत होते. विहिरीच्या पाण्यावर वाफा दिसत होत्या. वस्त्यावरच्या बायकांनी दळणं घातली होती. निळ्या आभाळातून लांब पायाचे ढोक पक्षी सकाळी उठून लांबच्या तळ्याकडे जात होते.

माझ्या ऑस्ट्रेलियाच्या प्रवासास सुरुवात झाली होती.

१४ सप्टेंबरला सांताक्रूज विमानतळावरून बी.ओ.ए.सी.च्या कॉमेट विमानाने उड्डाण केलं. इष्टमित्र, भाऊबंद, बायकामुलं दिसेनाशी झाली. मी मनात म्हणालो, 'खरंच मी ऑस्ट्रेलियाला निघालो.'

प्रवासाची मला आवड आहे. कुणाला नसते? पण, माझी ही आवड मनच्यामनीच राहिली होती. लहानपणी माडगुळे, लिंबवडे, तडवळे यापलीकडे प्रवास झाला नाही. हा झाला, तोही पाठीशी दशम्यांची पिशवी आणि पायातील जुनीपुराणी पादत्राणे ओढीत. वडिलांची या गावाहून त्या गावी बदली झाली, म्हणजे रेल्वेशी संबंध यायचा. आटपाडी ते कुंडल, कुंडल ते किन्हई हा प्रवास तेव्हा जगप्रवासासारखा मोठा वाटे. वयाच्या सोळा-सतरा वर्षांपर्यंत मी शहर असं पाहिलं नव्हतं. वारीच्या निमित्ताने आई जेव्हा पंढरपुरी जायला निघे, तेव्हा घोड्यामागे शिंगरू जावं, तसा मीही तिच्यामागे जात असे. पंढरपूर हे मी पाहिलेलं पहिलं प्रचंड शहर. पुढे एकदा मोठ्या बहिणीबरोबर सातारला गेलो. ते शहर पाहून तर मी बापडा गांगरून गेलो. महिना-पंधरा दिवस साताऱ्याला राहून फुटकं तळंसुद्धा पाहिले नाही. मांजराच्या पोरासारखा मी घरात दडी मारून राही. वयाच्या सुमारे अठराव्या वर्षी मी पुण्यात राहिलो. पुढे मुंबईला राहिलो. आता अगदी अलीकडे मी दिल्ली पाहिली.

ऑस्ट्रेलिया! कसा असेल हा देश? ऐकून माहीत होतं की, जगातली सगळी पिकं ऑस्ट्रेलियात होतात. या देशात माणूस हवा तो उद्योग करू शकतो. समुद्रात बुड्या मारून मोती काढा, हजारो गुरं पाळून त्यांचं मांस परदेशी पाठवा, हजारो मेंढ्या पाळून लोकरीचं उत्पादन करा, जगातलं लहान मोठं 'सबकुछ मिलेगा' दुकान चालवा. शेतकरी होऊन शेकडो एकर अननस, गहू, ऊस पिकवा किंवा भांडवल घालून ओपेल खड्यांची खाण चालवा. काहीही करायला या देशात संधी आहे. (फक्त गोऱ्यांना, काळ्यांना नव्हे.)

लोक कसे बरे असतील या देशातले?

वस्ताद पिणारे, न्याहरीला गुरांचे मांस खाणारे, झणझणीत शिव्या देणारे, चांगले रेसबाज, चांगले क्रिकेटपटू असे काही असावेत. मलाही विशेष काही माहीत नव्हतं.

विमान संथपणे उडू लागलं आणि शिटा नीट बसल्या. माझी जागा खिडकीशेजारी होती. पण भले मोठे पंखच खिडकीतून दिसत होते. खटपट करून मी मऊ खुर्चीची पाठ कलती केली. आरामात बसलो. डोक्यामागे गुलगुलीत उशी घेतली. मुंबईतच विमान सुटायला उशीर झाला होता. त्यामुळे मुळात प्रवासात मिळणारी न्याहारी विमानतळावरच मिळाली होती. लवकरच ती हातीपायी आली. दूध-भात खाऊन मांजर झोपतं, तसा झोपून गेलो.

काही वेळानं कुणीतरी आपल्याला काही विचारतं आहे, असं वाटलं. पाहिलं, तो उतारूंची देखभाल करणाऱ्या गोऱ्या बाई विचारत होत्या, "आपण जेवण घेणार का?" एकदा वाटलं, नको म्हणावं आणि झोपेचं अर्धवट राहिलेलं कडवं पुरं करावं. पण जेवण काय देतात, याची उत्सुकता होती. मनी म्हणालो, 'भरल्या गाडीला चिपाडाचं ओझं नाही.'

"द्या झालं."

कचकड्याच्या हलक्याफुलक्या ट्रेमधून हलकंफुलकं जेवण आलं. ताज्या कोबीच्या पानांच्या पसाऱ्यात गुलाबी रंगाच्या मटणाच्या काही चकत्या होत्या, उकडलेला बटाटा होता. आणखी बरंच काहीबाही होतं. ते मटण पाहून मनात विचार आला की, हे गुराचं की बकऱ्याचं? पण काहीही झाले, तरी ते खाण्याची माझी तयारी होती. शिकारीच्या नादामुळे अनेक प्रकारची जनावरं, पक्षी मी आतापर्यंत खाल्ले होते. म्हणून पुढ्यातले सगळे जिन्नस खाऊन टाकले आणि काळ्या कॉफीचे घुटके घेत इकडेतिकडे पाहिलं. सगळ्या उतारूंत गाववाला कुणी नव्हता. महाराष्ट्रातला कुणी नाहीच. भारतवर्षातलासुद्धा नव्हता. विमान पस्तीस हजार फुटांवरून उडत होतं. बाहेर पाहिलं, तर सुरेख मोकळं निळं आकाश होतं. खाली पाहिलं, तर साबणाच्या फेसासारखे ढग पसरलेले होते. माझी ही विमानप्रवासाची पहिलीच वेळ होती. येण्यापूर्वी कुणीकुणी म्हणालं होतं, 'काही जणांना विमानप्रवासाचा त्रास होतो म्हणून.' मला काही धाडसुद्धा झाली नाही. नाही म्हणायला कानाला जोरदार दडे मात्र बसले. त्यांचा त्रास झाला नाही, पण कटकट वाटली. माझ्याशेजारी बारीक डोळ्यांचा आणि गोल तोंडाचा एक गड्ड्या चिनी पोरगा होता. मी वरचेवर कानात बोटं घालतो आहे आणि चेहरा वेडाविद्रा करतोय, हे बघून तो म्हणाला, "तोंड मिटून घ्या. नाक दाबा आणि कानातून हवा सोडा, म्हणजे कान मोकळे होतील."

हे कसं काय जमणार बुवा! नाक दाबलं की तोंड उघडतं, हे माहीत होतं, पण नाक-तोंड दाबलं की कान उघडतात, हे माहीत नव्हतं. कदाचित चिनी भाषेत अशी म्हण असावी. नाक मुठीनं दाबल्यावर आपला चेहरा विनोदी दिसेल, म्हणून खाली वाकल्यासारखं करून पटकन नाक दाबून, तोंड मिटलं आणि कानातून हवा सोडली. दोन्ही कानात सुंई-ठुंई असे आवाज झाले आणि कानठळ्या उघडल्या. उगीच नाही चिनी लोक शहाणे म्हणून नावाजले जात!

काहीतरी बोलावं, म्हणून मी म्हणालो, "आपण मुंबईत बसलात का?"

"नाही. मी बराच प्रवास करत करत आलो. लंडन, झुरिच, रोम, अथेन्स, कैरो –"

मी हबकलो. हा पोरगा वयानं सतरा-अठरा एवढाच असावा.

"आता चाललास कुठं, ऑस्ट्रेलियाला का?"

"होय, पण त्या अगोदर मी जकार्ताला जाणार आहे. मनिलालासुद्धा जाणार आहे. मनिलाला 'नाइट लाइफ' फार गमतीचं असतं म्हणे!"

"असेल बुवा! मला काही त्यातली माहिती नाही."

"खरंच!" बारक्या डोळ्यांचा चिनी मिश्कीलपणे हसला.

मग बियरचे लांबोडके टिन फोडून आम्ही बोलत बसलो. बनार्ड ली हाँगकाँगच्या एका श्रीमंत व्यापाऱ्याचा मुलगा होता. मोठा गंमत्या होता. त्याचं बोलणं, बघणं, डोळे मिचकावणं हे सगळंच इतकं मजेशीर होतं की, आपण झूमधल्या माकडाच्या पिंजऱ्यासमोर उभे राहिलो आहोत, अशी भावना व्हावी. मी आपली माहिती सांगून कार्ड दिलं. त्याचं कार्ड नव्हतं, म्हणून पत्ता टिपून घेतला.

ली म्हणाला, "अशा प्रवासात ओळख झाल्यावर कुणी पत्त्यांचा उपयोग करत नाही!"

मी म्हणालो, "मी करीन!" या गोष्टीला बरीच वर्षं लोटली, पण मी त्या पत्त्याचा उपयोग केला नाही हे खरं!

मग कोलंबो आलं. निळा समुद्र, हिरव्यागार माडांची गर्दी, घरांची तांबडी छपरं यांच्यावर झेपावून बागेत पारवा उतरावा, असं आमचं विमान उतरलं. थोडा वेळ खाली उतरायचं, विमानतळावर जाऊन थंडगार सरबत प्यायचे, सिगरेट ओढायची. इकडेतिकडे बावरल्या नजरेनं पाहावयाचं. पुन्हा आपल्या जागी जाऊन बसायचं. खाली दिसतं ते पाहण्यासाठी धडपडायचं.

सिंगापूर आलं... गेलं.

कुआलालंपूर आलं... गेलं.

निळ्या-तांबड्या दिव्यांच्या झगमगाटात जकार्ता आलं. कॅमेऱ्यांचा गळाठा सावरत बनार्ड ली उतरून गेला. माझ्या शेजारची जागा रिकामी झाली.

रात्रीही प्रवास सुरूच होता. विमानाचे दिवे अंधूक झाले. मला हॉस्पिटलमध्ये असल्यासारखं वाटलं. झोपल्या उतारूंचे श्वास, अंधूक उजेड, नर्ससारख्या विमानाच्या यजमानीणबाई... स्ट्रेचरवरून नेल्यासारखं कोणीही आम्हाला अधांतरी घेऊन जात होतं.

सारी रात्र प्रवासात गेली. डार्विनला पोहोचलो. तेव्हा पहाटेचे चार वाजले होते. जवळजवळ तासभर इथे थांबायचं होतं. लहान पिशव्या घेऊन लोक शिडी उतरले. डार्विनचा विमानतळ झकपक आणि ऐसपैस होता. चूळ भरावी, म्हणून मी बाथरूममध्ये गेलो. अनेक उतारू आत होते. कोणी दाढ्या करत होतं, कोणी अंघोळी उरकत होतं. प्रवासात हे सगळं करणं मला जमत नाही. करणाऱ्या स्मार्ट लोकांचं कौतुक वाटतं. वर लागणारं लहानसहान सामान आपल्याजवळच्या लहान पिशवीत ठेवायचा प्रवासी शहापणाही मला सुचला नव्हता. मी आपलं तोंड धुतलं. हातरुमालानं पुसलं

आणि फळांचा रस घेतला. तासभर इकडे-तिकडे हिंडण्यात काढला. आरडाओरडा नाही. गर्दी-धावपळ नाही, पानांच्या पिचकाऱ्यांनी रंगलेले कोपरे नाहीत. बिड्या-सिगारेटींची थोटकं पायाखाली येत नाहीत. हमालांची धावपळ, ट्रंका, बोचकी सांभाळत बसलेली माणसे, चाय गरमच्या आरोळ्या, मुताऱ्यांचे वास – हे काही नाही. त्यामुळे मला फार चुकल्या चुकल्यासारखे वाटलं. हा काय प्रवास झाला?

दहा वाजता सिडनी आलं आणि बारा वाजता मेलबोर्न. विमानतळावरून कुठे जायचं, हे मला माहीत नव्हतं. कोणी न्यायला येईल किंवा येणार नाही, याचाही पत्ता नव्हता. गोंधळलेल्या मनाने मी विमानाची शिडी उतरलो आणि गोऱ्या लोकांच्या घोळक्यात शिरून विमानतळाच्या इमारतीत आलो.

निळ्या पँटी आणि टोपणांच्या खिशांचे शर्ट घातलेले उंचेपुरे अधिकारी तपास घेत होते. पासपोर्ट, व्हिसा, हेल्थ सर्टिफिकेट....

शेवटी मी कस्टमसाहेबांपुढे उभा राहिलो. माझ्या दोन्ही बॅगा त्याच्यासमोर होत्या. त्या प्राण्याविषयी मी इतकं ऐकलं होतं की, पिस्तूल रोखून उभ्या राहिलेल्या दादापुढे हात जोडून उभे राहिलेल्या गरीब माणसासारखा मी या ऑस्ट्रेलियन साहेबापुढे उभा राहिलो. हा टोपीवाला अंमलदार आता माझं सगळं गबाळं तपासणार, उचकाउचकी करणार, नाना प्रश्न विचारणार, असं वाटून मी आच्च्यारा का बिच्चारा होऊन इकडेतिकडे बघू लागलो.

पण गंभीर चेहऱ्याच्या कस्टमसाहेबाने आवाज चढविला नाही.

''आपल्यापाशी काही खाद्यपदार्थ आहेत का?''

मी 'नको-नको' म्हणत असताना बायकोने बेसनाचे लाडू दिले होते. बॅग उघडून मी ते कस्टमसाहेबांपुढे केले.

''हे काय आहे?''

''लाडू....''

''यात जनावरांची चरबी वगैरे आहे काय?''

''छे, छे भलतंच! लाडूत चरबी कशी असेल साहेब!''

बॅगेत थोडं इकडेतिकडे करून कस्टमसाहेबांनी ती बंद केली. 'ऑस्ट्रेलियन कस्टमखात्याने पास केले' असं लिहिलेली एक पिवळ्या रंगाची चिकटपट्टी बॅगेवर डकवून मला 'थँक यू' म्हटलं.

''चला, सुटलो!''

सुटलो वाटलं आणि असंही वाटलं की, कस्टमसारख्या खात्यात आमच्याकडचे लोक कसे ठणक्या असतात. त्या मानानं ऑस्ट्रेलियातले कस्टमसाहेब अगदी शामळू! कुणी दरडावलं नाही, खोळंबून उभं केलं नाही, अंगावर खेकसले नाही. यामुळे मला भलताच आत्मविश्वास आला. शिरवळच्या एस.टी. स्टँडवर बसावं,

तशा झोकात मी कोचावर बसून राहिलो.

आणि लांब-लांब ढांगा टाकत एक लांबडे गृहस्थ माझ्याकडे आले.

"गुडे डे माडगूळकर!"

"गुड डे!"

"मी ऑस्टीन. शिक्षणखात्याच्या वतीनं तुमचं स्वागत करायला आलो आहे!"

"छान, छान! मी विवंचनेत होतो. तुम्ही भेटलात, हे फार छान झालं."

ऑस्टीनसाहेब काटकुळे होते. आणि एखाद्या शाळामास्तरसारखा त्यांचा चेहरा होता. ते भेटताच मला गाववाला भेटल्यासारखं झालं. मी एक बॅग उचलली. (इथे हमाल नसतात, हे प्रवासवर्णनं वाचून माहीत होतं.) ऑस्टीनसाहेबांनी पिशवी उचलली.

ऑस्टीनसाहेब मला नेण्यासाठी मोठी, काळी गाडी घेऊन आले होते. गाडीचा ड्रायव्हर खाकी किंवा पांढऱ्या कपड्यांत नव्हता. ऑस्टीनसाहेबांइतकाच चांगला लोकरीचा सूट त्याने घातला होता. या गोऱ्या ड्रायव्हरनं दार उघडलं, तेव्हा मला उगीचच बरं वाटलं.

ऑस्टीननी माझी सगळी वास्तपुस्त केली. माझ्यासारखे आणखी बरेच लोक कॉमनवेल्थ राष्ट्रांतून येणार होते. मी सर्वांत पहिला होतो. अद्याप दुसरं कोणी आलं नव्हतं. फिलिपाइन्समधला माणूस लवकरच येणार होता. थायलंडमधली बाईही येणार होती. आम्ही सगळे एकाच हॉटेलमध्ये राहणार होतो.

मेलबोर्नच्या सेंट किल्डा रस्त्यावरील एक्सप्लनाड हॉटेलपुढे आमची गाडी उभी राहिली.

साहेबानं पुन्हा बॅग उचलावी, असं मला वाटलं नाही. म्हणून मी घाईनं दोन्ही बॅगा उचलू लागलो, तेव्हा ऑस्टीन म्हणाले, "छे, छे! द्या ती मोठी बॅग!"

"अहो, पण मी चांगला तगडा माणूस आहे."

"मीही काही कमी नाही – द्या!"

हॉटेल प्रचंड होतं. इंग्रजी सिनेमात पाहतो, तसल्या बाई काउंटरवर होत्या. त्यांच्याशी ऑस्टीननी माझी ओळख करून दिली. खोलीची किल्ली मिळाली.

माझ्या खोलीचा नंबर दोनशेतीन होता आणि ती तिसऱ्या मजल्यावर होती. खोली धुंडून काढण्यास पाच-दहा मिनिटं लागली. ती लहानशी खोली उघडून आम्ही आत बसलो. ऑस्टीनसाहेबांनी मला तत्काळ मेलबोर्न शहराचा नकाशा दिला आणि, 'खोलीत बसून राहू नका, बाहेर हिंडा-फिरा. मी आता जातो. तुमचा फिलिपिनो मित्र इतक्यात येईल. त्याला आणण्यासाठी विमानतळावर जायचं आहे,' असं सांगून लांब ढांगा टाकत साहेब निघूनही गेला.

मला फार एकाकी वाटू लागलं. खरं तर बॅगा उघडून मी सामानसुमान नीट

लावायला पाहिजे होतं. कपडे काढून हातपाय, तोंड धुऊन बाहेर पडावयास पाहिजे होतं. पण मी हे काही केलं नाही. बंद दाराकडे, समोरच्या आरशाकडे, आढ्याकडे, गुबगुबीत बिछान्याकडे पाहात मी उगीचच बसून राहिलो. काही कारण नसताना मला खिन्न वाटू लागलं.

समोर खिडकी होती. तिचा सरक-पडदा वर करून काच वर केली आणि समोर पाहिलं. समोर निळाभोर दर्या होता. लहान लहान बोटी होत्या. समुद्रपक्षी उडत होते. खाली मोठ्या रस्त्यावरून मोटारी सणासण जात होत्या. माणसं दिसत नव्हती. कसलेच आवाज होत नव्हते. मोटारींचे हॉर्न्स नाहीत, ग्रामोफोन, रेडिओ नाहीत, बोलणारी माणसं नाहीत. विजारीच्या खिशात हात कोंबून समुद्राकडे पाहात मी बराच वेळ उभा राहिलो.

आणि कुठूनतरी दोन साळुंक्या उडत आल्या. डाव्या बाजूच्या छपरावर बसून कुलुकुलु बोलू लागल्या. येथे ही पाखरं पाहून मला किती बरं वाटलं! कांगारूंच्या आणि एमूंच्या देशात पिवळ्या पायाच्या मैना असतील, याची मला कल्पना नव्हती. मग मी भराभर बॅगा उघडल्या आणि सारं सामान लावून टाकलं. इकडे-तिकडे भटकून बाथरूम शोधली. सगळ्या खोल्या बंद होत्या. माणूस असा दिसत नव्हता. या हॉटेलात माणसं नाहीत काय? नसोत बापडी? गरम पाण्याचे नळ सोडून मनमुराद अंघोळ केली आणि खोलीत परत येऊन कपडे बदलले.

चारच्या सुमारास ऑस्टीनसाहेब परत आले. त्यांच्याबरोबर एक पोरगेला, चमत्कारिकपणे केस कापलेला माणूस होता. त्याची पाटलोण फारच निमुळती होती आणि कोट फार लांब होता. चेहरामोहरा आणि रंग यावरून पोरगा चिनी वाटत होता. ऑस्टीनसाहेबांनी ओळख करून दिली.

''कायुमांगी ओगचान्को, फिलिपाइन्समधला.''

आम्ही एकमेकांचे हात हातात घेतले. आम्हाला काही मोड देऊन आणि नाणी समजावून देऊन ऑस्टीनसाहेब पुन्हा गडबडीने निघून गेले.

फिलिपाइन्सची मला माहिती नव्हती. कार्लस बुलोसनचं 'लाफ्टर वुइथ माय फादर', हे पुस्तक मी वाचलं होतं. त्यावरून हा देश म्हणजे गमत्या लोकांचा आहे, असं चित्र मनावर उमटलं होतं. ओंग चांको त्याच्याशी मिळताजुळता होता. तो पहिल्याप्रथमच परदेशात आला होता. जरा वेळ आम्ही दोघे गप्पा मारत बसलो आणि मग बाहेर पडलो.

माणसं रस्त्यानं पळत असल्यासारखी चालत होती. मोटारी सणासणा जात-येत होत्या. आम्ही जेवायला कुठंतरी जावं, म्हणून 'एक्स्प्रेसो' नावाच्या हॉटेलात शिरलो. स्टेक, ग्रील मिक्स ग्रील, वगैरे नावं वाचून मला काही कळेना. शेवटी 'गुलाष' नाव होतं. शब्द बरा वाटला, म्हणून हा पदार्थ मागवला. झणझणीत

तिखटमीठ असलेलं हे छान कोरड्यास होतं. ते खाऊन आम्ही दोघेही परत आलो आणि आपापल्या खोलीत झोपून गेलो.

पुढच्या दोन दिवसात उरलेले लोक आले. माणदेशातल्या अंडीवाल्यासारखा मलायातला अबूबकर आला – रुंद हसणारा आणि बोराच्या आठळ्या तोंडात घोळत ठेवून बोलावं, तसं चाखतमाखत बोलणारा, डोक्यावर उंच काळी फर टोपी आणि अंगात आकसलेला सूट घालणारा, ब्रूनाय रेडिओवर तो प्रोग्रॅम-ऑर्गनायझर होता. परदेशात येण्याची त्याची ही पहिलीच खेप होती.

चष्मेवाली मिस सोंबत आली. सयामी सिल्कचा ब्लाऊज, स्कर्ट घालणारी, नकट्या नाकाची, बोबडं बोलणारी आणि लहान मुलासारखी दुडदुड चालणारी. तिला पाहताना मला नेहमी वाटे की, बुदगुल्या अंगाची साडेतीन-चार वर्षं वयाची मुलगी आपण मॅग्निफाइंग ग्लासमधून पाहात आहोत. तिच्याबरोबर मिसेस शिड्डिछाय होती. थाय रेडिओ ॲन्ड टीव्हीची प्रोग्रॅम-डायरेक्टर. अटकळ बांध्याची, सदा आपलं अपरं नाक उडवणारी. शिष्ट आणि विलक्षण हुशार. जपान, अमेरिकेचं पाणी पिऊन आलेली. कित्येक दिवस मला तिचं नाव कळलं नाही. 'सॅमचिट शिड्डिछॉय' म्हणजे काय? शेवटी एकदा मला शोध लागला आणि मी तिला सांगितलं की, ''बाई गं, तुझं नाव संस्कृत आहे आणि त्याचा खरा उच्चार 'समचित्त सिद्धिजय' असा आहे.'' माझा हा शोध तिला काही महत्त्वाचा वाटला नाही.

परतुं सायपन्ट (हा बहुधा प्रत्तुंग असावा. आडनावाचा शोध लागला नाही.) हा गालाची हाडं वर आलेला आणि सदा बावरल्यासारखा दिसणारा. बावरल्या सशासारखा तो लुटुलुटु इकडेतिकडे धावत असे आणि बघता बघता कुठंतरी अंग चोरून मुरत असे, दिसेनासा होत असे. अमेरिकेमध्ये तीन वर्षं राहूनही त्याची इंग्रजी भाषा मुळीच सुधारली नव्हती.

सिलोनची दोन मुलंही थोडी उशिरा आली. एक मोठ्या पोटाचा आणि काळ्या दातांचा पेट्रिक लायन जयतुंगे आणि दुसरा अभिशेखरा. दोघंही रंगाने काळे होते. जयतुंगे नेहमी पोट सावरत चाले आणि डोक्यावरची फेल्ट कधीही काढत नसे. तीस वर्षं वयाच्या या माणसाला आपल्या अकाली पिकलेल्या केसांची या परदेशी लोकांत फारच लाज वाटत असे.

आम्ही सगळे एकाच हॉटेलमध्ये राहत होतो; पण गट पडले होते. दोन पोरी आणि प्रतुंग सारखी एकमेकांना चिकटलेली राहिली. दोन्ही सिलोनींची जोडी फुटेना. अबूने प्रतुंगला धरले. पण त्या दोन बाया त्याला सोडत नसत. त्यांना या परक्या देशात कुणीतरी आधार हवा होता. देशबंधूंच्या नावाखाली बापड्या प्रतुंगाला त्या सारख्या इकडेतिकडे आपल्या सोबत हिंडवत. सगळी कामं त्याच्याकडून करून घेत. ओझी उचलणं, बाजार करणं, कपडे लाँड्रीत टाकणं, जेवायला जाताना सोबत

करणं – सगळी फालतू कामं त्या त्याच्याकडून करून घेत. सिलोनी पोरं, 'एनरमन्ड तिर्टितुरू सुबगळ्ळा' असं कानाला वाटणाऱ्या भाषेत एकमेकांशी बोलत. तिघे सयामी, 'आं, ऊ कुन पां टूं संगपांना' असल्या भाषेत बोलत. त्यामुळे (बदकं बोलताहेत, असं वाटे.) राहता राहिलो आम्ही तिघे. मलायी बोलणारा अबू, तगालू बोलणारा ओंग आणि मराठी बोलणारा मी. आमचे विलक्षण शब्द मात्र कधी उच्चारले गेले नाहीत. कारण ते कळणारं कोणी नव्हतं. साहजिकच आम्ही तिघे एकत्र आलो आणि मिळून हिंडूफिरू लागलो. हंगेरियन मायलेकींनी चालवलेल्या 'एक्स्प्रेसो कॅफे'ला भेट देणे, हा आमचा छंद झाला. हंगेरियन मायलेकींपैकी लेकीला पाहून अबू फार प्रसन्न झाला. 'गुलाष' हे त्याला वंडरफुल वाटलं. वरचेवर अंगठा दाखवून तो आम्हाला सांगू लागला –

"व्हॉत प्लेस मॅन! व्हॉत ब्युटी मॅन! वंडरफुल!"

इतके दिवस आपण प्रतुंगाच्या संगतीत उगीच घालवले, आपण येथे आलो आहोत ते एंजॉय करायला. आम्ही दोघे वंडरफुल कंपनी आहोत आणि गुलाष 'तूऽऽ एक्स्पेन्सीव्ह' असले, तरी 'आय दोन्त माइंद' असं त्यानं आपल्या चाखतमाखत बोलीत जाहीर करून टाकलं.

लवकरच माझ्या लक्षात आलं की, अबूबकर बिन् अहमद ऑफ रेडिओ ब्रूनाय हा एक चांगल्या अंत:करणाचा, थोर स्वभावाचा मुसलमान होता. धर्माचं नाव काढल्यावर तो फार गंभीर व्हायचा. पोर्क खायचं नाही, अशी त्याची प्रतिज्ञा होती. बिअर पिणं हे त्याच्या धर्मात बिलकूल बसत नव्हतं. त्याचं वय चाळीस वर्षांचं होतं. शिवाय त्याचा बाप पंजाबी होता. आई सिंधी होती. बायको मल्याळी होती आणि सासरा पठाण होता. वंडरफुल!

ओंग हा गिनीगोल्डचे दात असलेला फिलिपिनो. स्वभावानं अतिशय उमदा माणूस होता. पण तो हसला, म्हणजे बावळट दिसे. स्पॅनियार्ड लोकांच्यातली रंगेल वृत्ती त्यानं उचलली होती. कुठेही बऱ्यापैकी बाई दिसली की, त्याच्यातला स्पॅनियार्ड जागा होई. आणि 'गुड्डे मॅम' म्हणून तो तिच्यापुढे तीनतीनदा लवे. 'एक्सप्लनाड हॉटेल'च्या मॅनेजरची लिली नावाची एक सुरेख मुलगी होती. लाल स्कर्ट घालून ती चटचट इकडेतिकडे हिंडे आणि गालातल्या गालात लटकं हसे. तिला पाहताच हा म्हणे, "ही माझी मैत्रीण आहे." पहिल्या दोन दिवसानंतर जेवणाच्या टेबलाशी आम्ही तिघं बसलो असताना त्यानं लिलीला विचारलं, "का हो, तुमच्या गुलाबी गालावर हा नाजूक काळा ठिपका तुम्ही कसा देता?" त्यावर सुरेख हसून ती धीट पोरगी म्हणाली, "तो काही मी मुद्दाम रंगवत नाही. मी जन्माला आले, तेव्हा तो तिथे होताच."

त्यावर बसलेला ओंग उठून, जपान्यासारखा झुकला आणि म्हणाला, "देवाची

करणी अगाध आहे!''

रोज सकाळी आम्हा सर्वांची न्याहारीच्या वेळी एकदा गाठ व्हायची. सयामी पोरी आल्यावर हा उठून उभा राहायचा आणि म्हणायचा, ''गुड मॉर्निंग, मिस सोंबत शिङ्खिछाय! मे आय हॅव द प्लेजर ऑफ युवर लव्हली कंपनी?'' आणि टेबलाखालची खुर्ची ओढायचा, सोंबतचा कोट आपण काढून घ्यायचा आणि म्हणायचा, ''आज तू फार सुंदर दिसतेस.''

लवकरच 'मी सोंबतच्या प्रेमात पडलो आहे,' हे त्यानं जाहीर करून टाकलं!

पण सोंबतचं मन सारखं बदलत असायचं. न्याहारीला काय मागवावं, याचा पटकन निर्णय घेणं तिला जमायचं नाही. ती विचार करून फ्राइड एग्ज मागवायची आणि लगेच दोन मिनिटांनी वेटरला बोलावून म्हणायची, ''आय हॅव चेन्ज्ड माय माइंड नाऊ, आय वॉन्ट बॉइल्ड एग्ज.''

अनेकदा ओंग चांकोबरोबर सिनेमाला जायचं कबूल करून तिनं आपलं मन बदललं, तेव्हा ओंग निराश झाला. सोबत अबूला बरोबर नेऊ लागली आणि तो फार रुंद हसू लागला. तेव्हा एके दिवशी तिनं जाहीर केलं की, ''अंकल अबू इज माय बेस्ट फ्रेंड.''

अबू फारच निराश झाला. म्हणाला, ''ही अजब पोरगी आहे! हिचं वय पस्तीस आहे. माझं चाळीस. एक वेळ ही मला भाऊ म्हणाली तरी चालेल. पण मी काय तिला चुलता वाटतो?''

मेलबोर्न हे शहर मला फार थंड, शांत वाटलं. असू नये इतकं शांत! मेट्रोसारख्या मोठ्या चित्रपटगृहात उत्तम चित्रपट लागला असावा आणि साऱ्या चित्रपटगृहात पाच-सातच प्रेक्षक असावेत; अशा वेळी आपल्याला तिथे जसं वाटेल, तसं मला मेलबोर्नमध्ये पहिले काही दिवस तरी वाटलं.

या शांततेमुळे कधी काळी भव्य अशा तैलचित्रातलं आपण एक रेखाटन आहोत, असं मला अनेक प्रसंगी वाटत असे.

दिवस मावळल्यावर हॉटेलच्या पायऱ्या उतरून सेन्टकिल्डा रस्त्यावर आलो की, रस्त्यावरचे दिवे उजळलेले दिसत. पण बऱ्यापैकी अंधारही असे. वातावरण धूसर असे. कडक थंडी पडलेली असे. रस्त्यावरून अधूनमधून मोटारी धावत. रुंद फूटपाथवरून माणसं घाईघाईनं चालताना दिसत. बहुतेक लोकांनी भलेमोठे लोकरी कोट अंगावर चढवलेले असत आणि थंडीमुळे वाकून ते भराभर चालत. अशी जाणारी माणसं पाहून ऑस्ट्रेलियन माणसं फार भराभर चालतात, अशी नोंद माझ्या मनानं केली; पण पुढे उबदार केन्समध्ये गेल्यावर ही समजूत लटकी असल्याचं मला कळून आलं.

माझं हॉटेल हे समुद्रकिनाऱ्यावर होतं. मेलबोर्नची ती चौपाटी होती. त्यामुळे

ठबकठाकड्या पोरी आणि केस उधळलेली तरणीबांड पोरं रात्री बऱ्याच उशिरा या भागात हिंडत असत. एरवी साडेपाचला बंद होणारी मेलबोर्नमधील दुकानं या भागात मात्र दिव्यांचे डोळे मोठे करून जागत असत. बहुधा उघडी राहणारी दुकानं म्हणजे एक्स्प्रेसो कॅफे, फळांची, तळलेले मासे आणि बटाट्याचे काप विकणारी दुकानं. दारूची, स्टेशनरी मालाची, केमिस्टची, कपड्याची दुकानं बंद असत. पण त्यांच्या शो-रूम्समधले दिवे लकलकत असत. अशा शोरूमच्या काचेला नाक लावून, ढगळ ओव्हरकोटाच्या दोन्ही खिशात हात बुडवून, पाठमोरी उभी असलेली व्यक्ती चित्रातल्यासारखी वाटे. काचेच्या आत नाना वस्तू आकर्षकपणे मांडलेल्या असत. घड्याळं, अंगठ्या, कॅमेरे, कपडे, बूट, स्वेटर्स, टोप्या – प्रत्येकावर किमती असत. यातली कोणती आपण घ्यावी, हे पाहत तासन्‌तास फिरावं. या काचा फोडून हा माल कोणी लांबवत कसा नाही, याचं मला नेहमी आश्चर्य वाटे. सिलोनमधला जयतुंगे सारखा म्हणे, "आमच्या देशात अशी दुकानं असती, तर मलासुद्धा चोरीचं धाडस करवलं असतं."

या वस्तू पाहून पाहून पाय दुखू लागले की, एक्स्प्रेसोमध्ये जाऊन बसावं. पोरं-पोरी येत-जात असतात, चेष्टा-विनोद करत असतात. एकमेकाला लगट करत असतात. हे सगळं पाहत असताना आपली करमणूक होते आणि मग एकाकीही वाटू लागतं. कारण आपल्यापाशी कोणी बोलत नाही, कोणी हसत नाही.

हंगेरियन मायलेकींनी चालवलेलं 'एक्स्प्रेसो' आमच्या हॉटेलपासून अगदी जवळ होतं. करमेनासं झालं की, मी तिथे जाऊन बसत असे. ही जागा एक मिस्टेरिअस प्लेस होती. ऑस्ट्रेलियन माणसापेक्षा वेगळी दिसणारी सगळी तरणीबांड छचोर पोरं-पोरी इथं गोळा होत. त्यांच्या लोकरी पँटी फार निमुळत्या असत. अंगात मोठीमोठी चित्रविचित्र रंगांची लोकरी डगली असत. दाणदाण पाय आपटत ती येत. मोठ्यामोठ्यानं बोलत, हसत, यंत्रात नाणी टाकून रेकॉर्ड लावत. त्या तालावर पाय आपटून टाळ्या वाजवत आणि हॉटेलच्या सुंदर मायलेकी त्यांचा परामर्श घेत.

कधी एखादी झकपक पोशाख केलेली, तोंडाला रंगरंगोटी केलेली बाई येऊन रस्त्याकडे तोंड करून काळ्या कॉफीचे घुटके घेत बसे. सिगारेटचा उष्ण, सुगंधी धूर गार हवेत सोडत राही. आजूबाजूच्या पोरांच्या नजरा तिच्याकडे वळत. एखादं धीट पोरगं जागचं उठे आणि त्या अनोळखी बाईपुढे जाऊन काड्यापेटी मागे. ती त्याला मिळत असे, पण आणखी वर काही नाही! बाईची नजर रस्त्यावर काही धुंडणारी, हेरणारी असे.

मग कोणीतरी फुटपाथवर येऊन उभं राही आणि मानेनं खुणावी. ही मानेनंच 'नाही' म्हणे आणि पुन्हा कॉफी मागवून दुसरी सिगारेट शिलगवी.

कोणी तरी हंगेरियन बाप्पा येई आणि लेकीला सोडून तिच्या आयलाच जवळ

घेऊन बसे. सर्वांच्यादेखत तिचे केस कुरवाळी, हातात हात घेई. तीही त्याचे केस कुरवाळी.

कधी अगदी परका – माझ्यासारखा परका – पोऱ्या येई आणि खिन्नपणे या दृश्याकडे पाहत कॉफीचे घुटके घेई.

एकदा एक जर्मन पोऱ्या माझ्यापाशी बसला. त्याची बोट दोन दिवसापुरती बंदराला लागली होती. तो खलाशी होता. माझ्याकडे पाहून तो हसला. म्हणाला, "इंग्रजी येतं का?"

"हो."

"मलाही येतं. मी जर्मन आहे. तू?"

"भारतीय."

"हं, विलक्षण देश आहे हा नाही? पाच वाजता दारं बंद होतात! आमच्यासारख्यानं काय करायचं? ही भिक्कार कॉफी घेत बसायचं?"

मग हळूच वाकून माझ्या कानाशी लागून त्यानं विचारलं – "ही पोरगी मिस आहे का मिसेस?"

मी म्हणालो, "मला माहीत नाही."

त्यावर तो म्हणाला, "मिस असायला पाहिजे. हो ना?"

"पाहिजे खरं! पण नाही!"

रात्री बऱ्याच उशीरपर्यंत तो बसला आणि मग खिन्नपणानं निघून गेला.

हे छोटंसं कॅफे मला कधी लोत्रेकच्या पेंटिंगसारखं वाटे, तर कधी सुंदर पण अर्थबोध न होणाऱ्या कवितेसारखं, कधी मोपाँसाच्या कथेसारखं, तर कधी एक्सप्रेसो कॅफेसारखं!

■

। दोन ।

दोन-चार दिवसांतच माझ्या ध्यानात आलं की, 'एक्सप्लनाड हॉटेल' हे एक रंगेल ठिकाण होतं! शहराच्या एका बाजूला, समुद्रकिनाऱ्याला लागून असलेल्या या हॉटेलात आषुकमाषुकांच्या जोड्या येत. तळमजल्यावरच्या प्रशस्त लाऊंजमध्ये अपुरा उजेड असे. मद्याचे पेले समोर घेऊन ही जोडपी कोपऱ्या-कोपऱ्यातली टेबलं धरून तासन्तास बसत. गुलुगुलु बोलत, चाऊ-म्याऊ करत. नेमक्या वेळेला उठून, एकमेकांच्या आधारानं हॉटेलबाहेर पडत किंवा जिना चढून वरच्या खोल्यांत शिरत. रोज एखादी-दुसरी पार्टीही झडे. दंगा, गोंधळ होई. हॉटेलच्या मॅनेजर बॉकबाई मोठ्या धारिष्ट्यवान होत्या. पिऊन ठेस झालेल्या केवढ्याही गड्याला त्या दमदाटी देऊन बाहेर काढत. नाना तऱ्हेच्या बाया आणि बाप्पे यांची वर्दळ रात्री बारा-एकपर्यंत ह्या हॉटेलात असे. हे सगळेच वातावरण आम्हाला नवं होतं. एखादं रहस्यमय पुस्तक वाचावं, तसं आम्ही सगळं बघत होतो.

चार-पाच दिवस असे मोकळ्या अंगानं गेले आणि एकोणीस सप्टेंबरला कोर्स सुरू झाला. थंडीनं आखडल्या अंगांनी आम्ही सगळे 'एशियन्स ऑस्ट्रेलियन ब्रॉडकास्टिंग'तर्फे चालवण्यात येणाऱ्या ट्रेनिंग स्कूलच्या इमारतीत सकाळी नवाला जमलो. कोर्सविषयी उत्सुकता सर्वांनाच होती. थोडीफार भीतीही होती. भीती अशी की, काय काय करावं लागणार कोण जाणे! लहानशा खोलीमध्ये लांबडं टेबल होतं. नाव आणि देश लिहिलेल्या पाट्या बघून सर्व जण आपापल्या जागी बसलो. शिकवणाऱ्यांची ओळखदेख झाली. मेलबोर्नमधील आमचे ट्रेनिंग ऑफिसर ग्रॅहॅम इव्हॅन्स हे आमच्याच वयाचे होते. सदा हसतमुख असणारा हा माणूस मोठा छान होता. पण तो ऑस्ट्रेलियन इंग्रजीत इतक्या गडबडीनं बोले की, बऱ्याच वेळेला आम्हाला काही कळत नसे! दुसरे शिक्षक ग्रॅहॅम व्हाइट. हेही वयानं तीसबत्तीस एवढेच. ते सारखं काहीतरी गमतीदार बोलत आणि डोळे मारत. ग्रामीण रेडिओ

कार्यक्रमाविषयी बोलताना एखाद्या उत्तम काव्याविषयी बोलताना रंगून जावं, तसं ते रंगून जात. फळ्यावर भराभर आकृत्या काढत, मधूनच कुणाला गमतीदार प्रश्न विचारत. कोर्सच्या पहिल्याच दिवशी त्यांनी सर्वांशी दोस्ती केली.

ग्रामीण कार्यक्रमांचे प्रमुख अधिकारी जॉन डग्लस हे साठी उलटलेले गृहस्थ तर फारच उमदे शिक्षक होते. वेडेवाकडे चेहरे करून, हातवारे करून खो-खोऽ हसून त्यांना ते जे सांगायचं ते सांगत. त्यांना बघितल्यावर डायरेक्टरच्या खुर्चीत बसणारा हा माणूस एवढा व्रात्य, खेळकर आणि हसरा कसा, असा मला अचंबा वाटे. लंचच्या वेळी बोटांचा आकडा करून ते आमच्यापैकी एक-दोघांना बोलावून घेत. हातात हात अडकवून, 'शेवरान'सारख्या हॉटेलात घेऊन जात; आणि एकत्र बसून खात-पीत. गप्पा मारत. आम्ही जिथून-जिथून आलो होतो, त्या प्रत्येक देशात डग्लससाहेब जाऊन आले होते. ते स्वत: शेतकरी होते आणि ऑस्ट्रेलियातील ग्रामीण रेडिओ कार्यक्रमाची उभारणी ही ह्या एका माणसाची कर्तुक होती!

गाल्वीन नावाचे, स्वभावानं थोडेफार करडे आणि शिस्तीचे भोक्ते असे साहेब आमच्या या कोर्सची सर्व व्यवस्था पाहत असत. एके दिवशी गंभीरपणानं त्यांनी जाहीर केलं की, ''उद्या पाच वाजता परराष्ट्र खात्यातर्फे स्वागत-समारंभ आहे. लॉर्ड केसी हे प्रमुख पाहुणे आहेत. आणखी बरीच मोठी-मोठी मंडळी येतील. या समारंभासाठी तुम्ही सर्व जण तुमच्या राष्ट्रीय पोशाखात आलात तर उत्तम. शिवाय, तुमच्या सर्वांच्या वतीनं आभार-प्रदर्शनाचं भाषणही कोणी तरी करणं आवश्यक आहे. तुम्ही आपसात ठरवा आणि मला सांगा.''

नाही म्हटलं, तरी आम्ही गडबडून गेलो. एवढा मोठा समारंभ आमच्यापैकी कोणीच कधी पार पाडला नव्हता. आभार-प्रदर्शनासाठी कोणी बोलावं, यावर फार चर्चा झाली नाही. मलायाचा अबूबकर हा आम्हा सर्वांत वडील होता, तेव्हा हा मान त्यालाच देण्यात आला.

समारंभाच्या दिवशी दोन वाजल्यापासून तयारी सुरू झाली. जो तो आपल्या खोलीचं दार बंद करून कपडे करू लागला. मी मोठ्या पंचायतीत पडलो. इकडून जाताना माझी इतकी घाई झाली होती की, बंद गळ्याचे लोकरी कोट शिवायला मला फुरसदच मिळाली नव्हती. नाही म्हणायला पांढऱ्या खादीचा एक बंद गळ्याचा कोट मी आणला होता. तो घालून आरशासमोर उभा राहिलो. आणि 'छे:! हे काही खरं नाही' असं वाटलं. अगोदर मेलबोर्नच्या थंडीत हा खादीचा कोट काही खरा नव्हता. त्यात हा कोट थोडा जुना आणि आखूड झाला होता. तत्काळ अंगातून काढून मी तो भिरकावून दिला आणि निराश होऊन आरशाकडे पाहत राहिलो. राष्ट्रीय पोशाख करायची केवढी सुरेख संधी आली होती! आणि केवळ अज्ञानामुळे, घाईगर्दीमुळे मी काही आणलं नव्हतं. खरं तर अशा वेळी तंग सुरवार, पिवळ्या

रंगाचं रेशमी अचकन आणि झकास कोल्हापुरी फेटा ठेवून मी जर समारंभास गेलो असतो, तर निदान आमच्या ग्रुपमध्ये मीच उठून दिसलो असतो. वर्तमानपत्रातून माझेच फोटो झळकले असते. अनेकांनी माझ्याशेजारी येऊन माझी ओळख करून घेतली असती. सगळंच चुकलं!

बराच वेळ मनाशी झुरून मग अगदी नाइलाजानं मी सूट, टाय हा इंग्रजी पद्धतीचा पोशाख केला. खोलीबाहेर पडलो. खाली आलो. नटून सजून उभ्या राहिलेल्या पोरापोरींनी ओरडा केला, 'हिअर कम्स दि महाराजा ऑफ पूना!' 'अरे गृहस्था, हाच तुझा राष्ट्रीय पोशाख का?' मी अगदी ओशाळून गेलो.

ओंग चांकोनं, फिलिपाइन्सचा राष्ट्रीय पोशाख करून अंगात भारी नक्षीदार अंगरखा घातला होता. अबूबकरनं आपली उंच काळी टोपी घातली होती. थाई पोरींनी तर सुरेख सिल्कचे पोशाख करून आपल्या पद्धतीप्रमाणे रेशमी दुप्पटे घेतले होते. त्या सर्वांकडे पाहिल्यावर मी माझा पोशाख आणला नाही, याचं मला जास्ती दुःख झालं. लौकरच सरकारी गाड्यातून आम्ही समारंभाच्या ठिकाणी पोचलो.

दाराशीच उंचपुरे आणि अक्कडबाज मिशांचे लॉर्ड केसी आणि त्यांच्या शेजारी लेडी केसी हे जोडपं उभं होतं. जवळच आमच्या ओळखीच्या डिकबाई होत्या. त्या आम्हा एकेकाची लॉर्डसाहेबांशी ओळख करून देत होत्या. देशाचं नाव सांगताच लॉर्डसाहेब, 'हो, हो, मी अमुक साली बँकॉकला होतो,' 'हो, हो, मी मनिलाला आठ महिने होतो', असे सांगत होते. माझी ओळख करून दिल्यावर, 'हो, हो, बंगालचा भयंकर दुष्काळ मी तिथला गव्हर्नर असतानाच पडला' असं ते म्हणतील, असं वाटत होतं; पण लाटसाहेब तसं म्हणाले नाहीत. लेडी केसींनी मात्र मला चकित केलं.

"येस, येस. तुम्ही लेखक आहात; आणि चित्रपटधंद्याशीही लेखक म्हणून तुमचा चांगलाच संबंध आहे, नाही?"

मी थक्क झालो आणि भान न राहून मी ओरडलो, "हो, पण हे तुम्हाला कसं कळलं?"

शेजारीच ननची पोझ घेऊन डिकबाई उभ्या होत्या. त्यांच्याकडे बघून लेडी केसी म्हणाल्या, "मला डिकबाईंनी सांगितलं."

मग मला आठवलं की, कोलंबो प्लॅनखाली आलेल्या विद्यार्थ्यांना प्रथम डिकबाईंना भेटावं लागतं; आपल्या माहितीची सगळी कागदपत्रं त्यांच्यापाशी असतात. मी जाण्यापूर्वी माझ्या संबंधीची सर्व माहिती तिकडे गेलेली होती.

मग बाईंनी विचारलं, "तुमचा चित्रपट प्रॉडक्शनशी संबंध आहे का?"

"नाही, मी फक्त चित्रपट कथालेखक आहे!"

"अस्सं!"

"आणि कथा-कादंबऱ्या तुम्ही कुठल्या भाषेतून लिहिल्या आहेत? इंग्रजीतून का?"

"नाही. मराठीतून."

डिकबाई मध्येच पुढे आल्या आणि त्यांनी सांगितलं, "मी सांगितलेली कादंबरी 'दि व्हिलेज हॅड नो वॉल्स' ही भाषांतरित आहे. यांनी आपल्या भाषेत लिहिली आणि दुसऱ्या कोणीतरी इंग्रजीत भाषांतर केलं."

डिकबाईंनी बऱ्याच गोष्टी ध्यानात ठेवल्या होत्या. मेलबोर्नला आल्या-आल्या त्यांची माझी अर्धाएक तास बोलाचाली झाली होती. माझ्या मुक्कामात याच बाई प्रमुख सूत्रधार होत्या. मी कुठे जायचं, कुणाला भेटायचं, हे सगळं याच ठरवणार होत्या; हे कळल्यावर मी त्यांच्याशी बरंच बोललो होतो. "कोर्सच्या व्यतिरिक्त तुम्हाला आणखी काही विशेष आवड असली, तर सांगा," असं त्यांनी म्हटल्यावर, मी लेखक आहे, चित्रपट धंद्याशी माझा संबंध आहे, तेव्हा इथल्या काही लेखकांची, चित्रपट धंद्यातल्या लोकांची मला ओळख करून घेता आली, तर बरं होईल, असं सुचवून मी त्यांना 'बनगरवाडी'ची एक इंग्रजी प्रत दिली होती. बाईंनी अगत्यपूर्वक पुस्तक वाचलं होतं आणि माझ्यासंबंधीची माहिती लेडी केसी यांना दिली होती.

एवढं बोलणं झाल्यावर माझा संकोच नाहीसा झाला. बरीच प्रतिष्ठित मंडळी जमली होती. पेयाचे पेले आणि त्याबरोबर घेण्यासाठी काही पदार्थ असा बेत होता. हिंडत, फिरत, या घोळक्यातून त्या घोळक्यात जात, ओळखी करून घेत, बोलत, आम्ही हिंडत होतो. मध्येच डिकबाई माझ्यापाशी येऊन म्हणाला, "तुम्हाला असल्या पार्टीची सवय नसेल, नाही का?"

"नाही बुवा!"

"आता होईल!" त्या हसत म्हणाल्या.

बोलण्यातले विषय नेहमीचेच होते. 'तुम्ही भारतात किती भाषांत रेडिओ कार्यक्रम करता? तुम्हाला स्वत:ला किती भाषा बोलता येतात? ऑस्ट्रेलियन बिअर तुम्हाला कशी वाटते?' असंच काही. बराच हास्यविनोद, खाणं-पिणं झाल्यावर लाट साहेबांनी छोटंसं भाषण केलं. "ऑस्ट्रेलियातील तुमचं वास्तव्य सुखाचं होवो! जे पाहता येईल, जे समजून घेता येईल ते घेऊन, आपण सर्वांनी आपल्या देशात त्याचा उपयोग करून घ्यावा." असं ते म्हणाले. उत्तरादाखलही अबूबकर बिन् अहमदनं भाषण केलं. लखख उजळल्या चेहऱ्यानं चाखतमाखत बोलत, त्यानं सर्वांचे आभार मानले आणि शेवटी हेही सांगून टाकलं की, माझा भाषण देण्याचा हा पहिलाच प्रयत्न आहे, चुकभूल द्यावी घ्यावी.

– आणि समारंभ संपला!

दुसऱ्या दिवशी लाटसाहेबांच्याजवळ उभ्या असलेल्या अबूचा फोटो 'हेराल्ड' मधून झळकला. तेव्हा त्याची बरीच कात्रणं काढून त्यानं ती परदेशी धाडून दिली. माझ्यासंबंधी माहिती देताना हेराल्डनं माझा उल्लेख 'मि. कर' असा केला होता.

माडगूळकरमधलं ‘माडगूळ’ हे माझं नाव असावं आणि ‘कर’ हे आडनाव असावं, असं त्यानं गृहीत धरलं होतं.

या गोष्टीला चार दिवस होऊन गेले आणि एके दिवशी लेडी केसीकडून एक छोटंसं पत्र मला आलं. त्यात म्हटलं होतं :

‘...माझी पुतणी मिसेस रायन, हिला तुमची भेट घ्यायची आहे. तिनं तयार केलेला ‘दि प्राइझ’ नावाचा लहान मुलांसाठी असलेला चित्रपट विकण्यासंबंधी ती तुमचा सल्ला घेऊ इच्छिते. या चित्रपटाला व्हेनिसला रौप्यपदक मिळालं आहे. ती तुमची भेट घेईल. या बाबतीत तुम्ही तिला काही मदत करू शकलात, तर मला आनंदच होईल. तुमचा वेळ आनंदात जाईल...’ एक नवी ओळख होणार, याचा मला फार आनंद झाला. मला वाटतं, त्याच दिवशी मिसेस रायनकडून फोन आला. आपला पत्ता सांगून त्यांनी घरी येण्याबद्दल मला सांगितलं.

संध्याकाळची ती बैठक बऱ्याच काळ माझ्या ध्यानी राहिली. मिसेस रायन या तरुण आणि देखण्या बाई होत्या. त्यांचे पती इंग्लंडला होते. घरी फक्त सात वर्षांचा मुलगा होता. बाईंचं घर चांगलं आलिशान आणि टापटिपीचं होतं. मी गेल्यानंतर थोड्याच वेळात टिम बिस्टल, जेरल्ड आणि एक-दोन मित्रमंडळी जमली. सर्वच मंडळी फिल्मची नादी होती. टिम हा अंगानं जाडाजुडा आणि वयानं तिशीच्या आत असलेला पोऱ्या, विलक्षण हुशार. हे करू का ते करू, अशा विचारानं सारखा उसळणारा होता. ‘दी प्राइझ’ या चित्रपटाचं दिग्दर्शन त्याचं होतं. जेरल्ड हा डच कॅमेरामनही डोळ्यात भरण्यासारखा होता. उंच, सडपातळ आणि हनुवटीवर टोकदार दाढी असलेला. भारतीय चित्रपट, नाट्य यांविषयी नाना प्रश्न त्यानं विचारले. मी तिकडे आलो, तर काम मिळू शकेल का, या त्याच्या प्रश्नावर मात्र मला नक्की उत्तर देता येईना. कारण, इथं बेकार असलेले अनेक कॅमेरामन मला माहीत होते. मी काही तरी गोलमाल बोलून त्याच्या या प्रश्नाला बगल दिली.

ऑस्ट्रेलियात फिल्मधंद्याला काही वाव नाही, असं या मंडळींकडून मला कळलं आणि मोठं आश्चर्य वाटलं. या समृद्ध देशात फिल्म मुळीच तयार होत नाहीत, इथं स्टुडिओज नाहीत, याचं कारण काय म्हणून मी विचारताच; टिम म्हणाला,

“आमच्याकडं नट नाहीत. परदेशातून नट आणून फिल्म करणं परवडत नाही.”

“मग तुम्ही ‘दी प्राइझ’ ही फिल्म कशी केली?”

यावर टिम् हसला आणि म्हणाला, “माझी दोन मुलं, दोन मेंढराची पोरं आणि आजूबाजूची चार माणसं, एवढ्याच नटसंचावर आम्ही सर्व फिल्म केली आहे. स्टुडिओ नाही. माझं राहतं घर, टेकडी, जवळचं चर्च आणि रान, ओढे-नाले,

यावरच शुटिंग झालं!''

खाली मांड्या ठोकून उबदार शेगडीपाशी बसल्या बसल्या आम्ही खूप गप्पा मारल्या. मंद असा तांबडा उजेड होता. टोकदार दाढीचा जेरल्ड वाइनच्या बाटल्या फोडून वरचेवर ग्लास भरत होता. मधूनच बाईंचा लहान मुलगा येऊन कोचामागं दडत होता आणि खोट्या पिस्तुलानं माझ्यावर गोळ्या झाडत होता. टिम् त्याला ओरडून सांगत होता :

''हेऽऽ, डोन्ट शूट हिम! ही इज अवर गेस्ट!''

पोरगा मुठी वळवून नटासारखा बोलत होता–

''मे बी! बट यू टोल्ड मी... दॅट ही इज अ इंडियन!''

''माय गॉड! रुनी, ही इज नॉट रेड इंडियन!''

''मे बी. आईल शूट यू... टर्रर टा टा टा!''

मग टिम् अभिनयपूर्ण ओरडला.

''आऽऽ, स्टॉप इट! आय ॲम डेड! आय एम स्टोनडेड!''

मुलाची ही कर्तुक पाहून रायनबाई म्हणाल्या,

''हा टेलिव्हिजनचा तरुण पिढीवर झालेला परिणाम बघा. टी. व्ही. वर देमार चित्रं लागतात ती पाहून हा असा वागू लागलाय.''

रात्री बारा साडेबारापर्यंत गप्पा झाल्या. टिम्नं नाना आठवणी सांगितल्या, ड्रिल करून दाखवली. मी सूर्यनमस्कार घालून दाखवले. नकला केल्या. खूप हशा पिकला.

नंतर टिम् म्हणाला, ''हिंदू माणूस हा लांबड्या चेहेऱ्याचा, क्वचित् हसणारा आणि कट्टर धार्मिक माणूस असतो अशी माझी समजूत होती. आज आयुष्यात प्रथमच मी हसणारा हिंदू पाहातोय.''

शेवटी मध्यान्ह रात्री मंडळी पांगली. टिम्ला लांब जायचं होतं. जुन्या जीपगाडीतून तो आला होता. मला जेरल्डनं हॉटेलवर आणून सोडलं.

शनिवारी पुन्हा मिसेस रायनचा फोन आला. आम्हा दोघांना टिमकडं जेवायला जायचं होतं. कदाचित फार उशीर झाला तर तिथंच राह्यचं होतं. मी आणि रायन् निघालो. मेलबोर्नपासून टिम्चं राहण्याचं ठिकाण वीस एक मैल दूर असाव. मुख्य रस्त्याला लागून असलेल्या टेकडीच्या पायथ्याशी काही तुरळक वस्ती होती. गाडीवाटेसारखी वाट, नाले, पार करीत टेकडीवर असलेल्या टिम्च्या घरापाशी आम्ही पोहोचला.

मला आमच्या माडगूळच्या रानातील पत्र्याची घराची आठवण व्हावी असं टिम्चं घर होतं. हे सगळं घर टिम् ब्रिस्टलनं आपल्या हातानंच बांधलं होतं. प्लॅन करण्यापासून विटा रचण्यापर्यंत, रंगरंगोटी करण्यापर्यंत सगळं त्याचंच होतं घराच्या

आसपास सगळं रान होतं. घरात पुस्तकं, पिक्चरचे स्टिल फोटोग्राफस बरंच होतं.

मिसेस ब्रिस्टल अंगानं जाड्याजुड्या होत्या. घरदार आणि मुलं संभाळून त्या कुठल्याशा शाळेत फ्रेंच शिकविण्याची नोकरीही करीत होत्या.

ऑस्ट्रेलियात आल्यापासून उत्तम राहणी असलेले सधन लोक आणि त्यांची उत्तम घरं मी पाहिली होती; पण पैशांविषयी बेफिकीर राहून काही तरी अचाट करण्याच्या ईर्षेनं खपत असलेले कोणी भेटले नव्हते. टिम् हा पहिला माणूस! जरा वेळ इकडं तिकडं केल्यावर टिम् गयावया करून बायकोला म्हणाला,

"आम्हाला काही पैसे दे ना, म्हणजे खाली जाऊन बिअर आणतो."

त्यापूर्वी त्यानं आपल्या खिशातून काही मोड गोळा केली होती; पण ती अपुरी असावी. मग बाईंनी हसत हसत इकडं तिकडं धुंडाळलं आणि मूठभर मोड नवऱ्याच्या हाती दिली. त्यात बऱ्याच पेनीसुद्धा होत्या.

एक कातडी झोळी घेऊन आम्ही टेकडी उतरू लागलो. टिम्नं राहाण्यासाठी ठिकाण मोठं सुंदर निवडलं होतं. आजूबाजूला टेकड्या, गर्द झाडंझुडं, खाली जाणारा नागमोडी पायरस्ता, नाल्यावरचे लहान लाकडी पूल, असं हे वातावरण मोहून टाकणारं होतं मध्येच एखादं ठिकाण दाखवून टिम् म्हणे,

"तो बघ. तो पूल आहे ना, त्याचा आम्ही आमच्या चित्रपटात लोकेशन म्हणून उपयोग केला आहे."

संध्याकाळची वेळ असल्यामुळे नाना पाखरं गात होती. त्यात साळुंक्यांचा आवाज ऐकून मी थांबलो. पाखरं दिसताच म्हणालो, "टिम, ही पाखरं माझ्या देशातली आहेत."

"हो. हो, आम्ही त्यांना इंडियन मैनाच म्हणतो."

टेकडी उतरून खाली आलो. रस्ता ओलांडून पलीकडे गेलो. पलीकडे लाकडाच्या इमारतीत कंट्री बार होता. तेथून बिअरच्या बाटल्या घेतल्या आणि परत फिरलो.

संध्याकाळी टिमचे दोन-चार मित्र आले. रंगानं तांबडेलाल आणि भुऱ्या रंगाच्या दाढीमिशा असलेले. जाड लोकरीचे ढगाळ कोट आणि पायात मोठमोठे बूट घातलेले हे लोक येऊन शेगडीपाशी बसले, तेव्हा सगळं वातावरण मला इंग्रजी चित्रपटाच्या दृश्याप्रमाणे वाटलं. जेवण-खाण आटपेपर्यंत रात्री अकरा-साडेअकरा झाले. टिमचा निरोप घेऊन मी आणि रायनबाई परत फिरलो.

परत येताना यारा नदीच्या काठी अंधारात पार्क केलेल्या अनेक गाड्या दिसल्या.

"डू यू नो, दे कम हिअर फॉर नेकिंग."

नेकिंग म्हणजे नेमकं काय, मला माहीत नव्हतं. पण पोरंपोरी इथे येऊन, गाड्यांची दारं बंद करून, गळ्यात गळे घालत असावेत, एवढा बोध झाला. अधिक

खुलासा करून घेतला नाही. (असं म्हणतात की, 'निम्मी अमेरिकन प्रजा ही मोटारीत जन्मते.' ऑस्ट्रेलियन नुसत्या नेकिंगवर भागवतात. हेही नसे थोडके!)

खरं तर आमचा सगळा अभ्यास सिडनीला होणार होता. पहिल्या कार्यक्रमानुसार सर्वांना थेट सिडनीलाच जायचं होतं, पण शेवटच्या दिवशी अगदी अचानक कळलं की, सिडनीला नाही मेलबोर्नला जायचं आहे. हा बदल केला गेला, याचं मुख्य कारण त्या सुमारास मेलबोर्नला भरणारा 'रॉयल ॲग्रिकल्चरल शो'. ग्रामीण विभागासाठी रेडिओ कार्यक्रम करणाऱ्या आम्ही सर्व लोकांनी हा 'शो' पाहावा, त्यामुळे ऑस्ट्रेलियाच्या शेतीचं उत्तम दर्शन होईल आणि ऑस्ट्रेलियातील रेडिओ कार्यक्रम समजून घ्यायला चांगली मदत होईल, असं डग्लससाहेबांचं म्हणणं होतं.

शेती प्रदर्शन पाहण्याची मला विशेष उत्सुकता नव्हती. असून असून काय असणार, असं वाटलं. तेवीस तारखेला प्रदर्शनाची सुरुवात होती. भल्या सकाळी इव्हॅन्स एसटीसारखी मोठी बस घेऊन आले आणि थोड्याशा नाराजीनंच आम्ही निघालो.

शो-ग्राउंड मेलबोर्नपासून बरंच दूर होतं. अर्धा-पाऊण तास लागला. या शोसाठी आम्हाला सगळ्यांना 'रॉयल ॲग्रिकल्चरल सोसायटी'चं सभासदत्व दिलं होतं. ते बिल्ले छातीवर लावून आम्ही आत प्रवेश केला आणि प्रदर्शन पाहून थक्क झालो.

प्रचंड मोठी जत्रा होती; पण धुरोळा, घाण, गोंधळ नव्हता. सारं कसं आखीव-रेखीव होतं. रंगीत कागदी टोप्या घालून पिपाण्या फुंकत पोरंबाळं हिंडत होती. वेगवेगळ्या व्यापारी कंपन्यांचे स्टॉल्स होते, दुकानं होती, फनफेअर होती, स्पोर्टस कोट घातलेल्या लोकांची झिम्मड होती, मधूनच तंग पोशाख केलेल्या टंच पोरी उमद्या घोड्यांवरून जात-येत होत्या. शेतकामाचे प्रचंड घोडे जुंपलेल्या गाड्या जात-येत होत्या. मध्येच एका स्टॉलवर लाकडी फिरती बदकं होती. एअरगन्स ठेवल्या होत्या. स्टॉलवाला ओरडून लोकांना नेमबाजी करायला बोलावत होता. ओंग चांको मला म्हणाला, "व्हाय नॉट ट्राय?"

"येस, आय विल ट्राय." मी म्हणालो.

एक शिलिंग देऊन मी पाच छरे मारले. अब्रू वाचवली. कारण, पाचपैकी तीन बदकं मी पाडली. एवढ्यात इव्हॅन्स गडबडीनं म्हणाले, "तुम्ही इकडेतिकडे वेगवेगळे फिरू नका, नाही तर चुकाल!"

"चुकाल? आम्ही काय लहान मुलं आहोत काय चुकायला?"

"बघाल, हे ग्राउंड फार मोठं आहे."

मोठी माणसंही चुकावीत, अशी ही प्रचंड जत्रा होती खरी! ठिकठिकाणी गोलाकार बाकडी मांडून लोक बसले होते आणि मधल्या पटांगणात जनावरांची परेड

चाललेली होती. कुठं पांढऱ्याशुभ्र शेळ्या, तर कुठं कासेचा डेरा हालवत चालणाऱ्या गाई, कुठे मांसासाठी पोसलेली तांबडी गुरं, तर कुठं काळी गुरं! कुठं घोडे, तर कुठं गलेलठ्ठ मरीनो मेंढे, रेडकासारखी पांढरी तुकतुकीत डुकरं!

आपल्याकडच्या जत्रांतून ठिकठिकाणी गारुड्यांचे खेळ जसे चाललेले असतात, तसं हे प्रदर्शन चाललं होतं. गुरांचा मालक पटांगणात उतरे आणि वस्तादानं फडात पहिलवान फिरवावा, तसा आपली जनावरं फिरवी. बाकड्यावर बसलेले लोक बघत. रिंगणात उभे राहिलेले पंच बघत आणि टिपणं घेत. यातूनच त्या वर्षीचा चॅम्पियन निवडला जातो. मग त्याला सुरेख फीत मिळते. अशा फीतवाल्या सर्व जनावरांची एक भव्य मिरवणूक शेवटच्या दिवशी भल्यामोठ्या पटांगणावर होते. आपल्या देशाचं हे पशुधन हजारो माणसं पटांगणात बसून पाहातात.

प्रदर्शनासाठी आलेल्या जनावरांना ठेवण्यासाठी सुरेख गोठे होते. अशा गोठ्यांतून आम्ही हिंडहिंड हिंडलो. मस्तीनं मुसमुसणारी गुरं, रानकामाचे हत्तीसारखे धिप्पाड घोडे, मेंढ्या, डुकरं, कोंबड्या पाहून चकित झालो.

एकीकडे प्रदर्शन चालू होतं, तर दुसरीकडे शर्यती चालू होत्या. 'कुठं शिप अँड डॉग शो,' तर कुठं 'वूडचॅपिंग,' कुठं 'हॉर्सबकिंग!' काय बघावं आणि काय सोडावं?

'वूडचॅपिंग' हा काय प्रकार आहे तो पाहावा, म्हणून मैदानात शिरून बाकड्यावर बसलो. मधल्या पटांगणात तीस इंच व्यासाचे, अडीच तीन फूट उंचीचे असे चार लाकडी ओंडके ओळीनं मांडले होते. नुसते मांडले नव्हते, तर चांगले बंदोबस्तानं रोवले होते. हे मांडामांडीचं काम करणारी मंडळी पटांगणातून बाहेर पडली आणि अंगात गंजीफ्रॉक्स आणि खाली पांढऱ्या पँटी घातलेले चार जवान उठले. फिड्लसारखं हत्यार ठेवायला पेट्या असतात, अशा पेट्यांतून त्यांनी आपल्या लखलखीत कुऱ्हाडी आणल्या होत्या. एकेका ओंडक्यापाशी एकेक जवान उभा राहिला. पाय पसरून त्यांनी जमिनीचा पक्का आधार घेतला. कुऱ्हाड उचलून दणका मारायला काही अडचण नाही, याची खात्री करून घेतली आणि खुणेचा बार वाजला.

लगोलग चारही जवान आपल्या धारदार कुऱ्हाडी दणदण ओंडक्यावर चालवू लागले. एक सरळ कसता घाव, दुसरा खालून वरती घाव. फटाफट्ऽ फटाफट्ऽ हा ओंडका म्हणे मधोमध तोडायचा आणि तोही तीस सेकंदांच्या आत. सगळे उत्सुकतेने बघत होते. अगदी अलीकडे माझ्या डाव्या हाताला असलेला गडी मोठ्या आत्मविश्वासानं घाव टाकत होता. सेकंद-सेकंद चालले होते. ओल्या लाकडाच्या ढलप्या उडत होत्या. ओंडक्याच्या पोटातल्या पांढऱ्या खाचा आत-आत जात होत्या. बोल-बोल म्हणता तीस सेकंदं संपायला आली आणि एक सेकंद अगोदरच त्या कडेच्या बहाद्दरानं ओंडक्याचे दोन तुकडे केले. टाळ्यांचा गजर झाला. पहिला

आलेला लाकूडतोड्या टास्मानियातला होता आणि त्याचं वय अठ्ठावन्न होतं! वा रे नर!

'हॉर्सबकिंग'च्या रिंगणात, एका बाजूला लाकडी फळ्या ठोकून लहान घरं उभी केली होती आणि त्यात नाठाळ घोडी चापात धरल्यासारखी उभी केली होती. मग एक सपाट पुठ्ठ्याचा पण रुंद छातीचा जवान आला आणि फळकुटावरून चढून घोड्याच्या पाठीवर बसला. घोडे चापात असल्यामुळे जागचे उडत नव्हते की, हलत नव्हते. मग खुणेचा बार वाजला आणि सापळ्याचं पुढचं दार सटकन् वर झालं. त्यासरशी घोडे मैदानात आले आणि टाणटाण उड्या घेऊ लागले, अंगाला हिसडे देऊ लागले. दोन पायावर उभे राहू लागले. तरी तो वरचा गडी माशी चिकटल्यासारखा घोड्याला चिकटला होताच. घोड्यानं जागच्याजागी चेंडूसारख्या उड्या घेतल्या. वरच्या घोडेस्वाराच्या हाडाचा खुर्दा-खुर्दा होत होता. तरी त्यानं तग काढलाच. मग मात्र त्वेषानं घोड्यानं त्याला झिंझाडून खाली फेकलं. गडी कोलांट्या खात उडाला आणि धुराळ्यात पडला. चारचौघे धावले आणि त्यांनी त्याला उचलून रिंगणाबाहेर काढला. मग दुसरा गडी दुसऱ्या घोड्यावर बसला आणि फळकुटं वर झालं....

आम्ही उठलो आणि 'शीप अँड डॉग शो'कडे गेलो. हे पटांगण बरंच मोठं होतं. सर्कशीला गेल्यावर बसण्यासाठी 'गॅलरी' असते, तशा पायऱ्या बांधून काढलेल्या होत्या. आम्ही जरा वरती जाऊन बसलो. चौफेर माणसं बसलेली होती. आम्ही उंच जाऊन बसलो आणि मजा पाहू लागलो. पटांगणात लांब वर्तुळाकार आकारात सुरुवातीला मेंढरांचा लहानसा कोंडवाडा होता. बरीच चक्कर मारून आल्यावर मध्ये अडथळा होता. दोन्ही बाजूला कुंपण आणि मधे फक्त तीन फूट वाट. ही वाट ओलांडल्यावर सुरुवातीला पाच फूट रुंद आणि मग दोन फूट रुंद असा कृत्रिम पूल होता. थोडं पुढे आल्यावर सहा फूट तोंडाचा आणि मग तीन फूट असलेला दुसरा उभा पूल होता. त्या पलीकडे दार असलेला कोंडवाडा होता. मग ठिकठिकाणी कुत्र्याच्या मालकानं उभं राहण्याच्या जागा होत्या. त्या त्या ठिकाणी निशाणं रोवलेली होती. कुत्र्याच्या मालकानं ह्या ठिकाणी उभं राहूनच शीळ घालायची, खूण करायची किंवा तोंडानं काही इशारा द्यायचा.

कुत्र्यानं आणि मालकानं आपापली जागा घेतली आणि लांब पलीकडे असलेल्या कोंडवाड्यातून तीन मरीनो मेंढरं त्या भल्यामोठ्या पटांगणात सोडण्यात आली. आम्ही बसलो होतो, त्या जागेवरून ही मेंढरं मांजराएवढी लहान दिसत होती. आता कुत्र्याचं काम असं होतं की, ही तीन वेडी मेंढरं कुत्र्यानं न भुंकता, न बुजवता केवळ दबावून प्रथम अडथळ्यातून पार करावयाची, मग पहिला पूल पार करायचा, नंतर दुसरा पूल ओलांडायचा आणि त्यानंतर ही तीनही मेंढरं कोंडवाड्यात घालायची आणि हे सगळं झटपट, काही मिनिटांत करायचं.

अडाणीपणा आणि हुशारी यांचा हा सामना एकाग्रचित्तानं लोक बघू लागले. मेंढरं अडाण्यासारखी कुठंही हटून उभी राहत होती. मालक ठराविक जागी उभा राहून हुकूम सोडत होता आणि विलक्षण असा धनगरी कुत्रा, कधी मांजरासारखा चालून मेंढरामागे दबत होता; तर कधी मेंढरं वळली की, पुन्हा आडवा होऊन त्यांना थांबवत होता. ती पुन्हा हव्या त्या दिशेनं जावीत, म्हणून हळूच जाऊन त्यांच्यासमोर बसत होता. असं करत करत त्यानं अडथळा पार केला. दुसरा पूल ओलांडला, आता तिसरा पूल ओलांडणार, तेवढ्यात एक मेंढरू बुजून भलतीकडेच पळालं. सगळा डाव विसकटला. पुन्हा पहिल्यापासून पवित्रे टाकत, घुलवत, दबावात कुत्र्यांनी काम केलं. सगळी मेंढरं पुलावर आणली. पूल पार केला, आणि मेंढरं आणून कोंडवाड्यात घुसवली. इतका वेळ श्वास रोधून बघणाऱ्या प्रेक्षकांनी टाळ्यांचा गजर केला. आता हे मी सांगताना सगळं गद्य वाटत आहे, पण हा शो बघताना 'सस्पेन्स ड्रामा' पाहावा, तसं लोक बघत होते.

बघता बघता दिवस मावळला. जत्रा दिव्यांनी झगमगू लागली. आम्ही परत फिरलो.

शो पाच दिवस होता आणि रोज आम्ही जात होतो. पहिल्या दिवशी पाहिलं, तेच रोज तिथे घडत होतं. विशेष म्हणजे, हा सगळा देखावा टेलिव्हिजनवरून सर्व व्हिक्टोरिया प्रांतात दाखवला जात होता. ग्राउंडवर बसूनच एके दिवशी आम्ही तासभर टेलिव्हिजन पाहिला. हे सगळे प्रकार तिकडे प्रत्यक्ष चालले होते आणि त्यातला निवडक भाग आम्ही टेलिव्हिजनवर बघत होतो. प्रत्यक्षापेक्षा हा कार्यक्रमच जास्ती वेधक होता, कारण टेलिव्हिजनचा कॅमेरा वेधक तेवढाच भाग टिपत होता. 'डॉग शो' थोडा कंटाळवाणा होऊ लागला की, कॅमेरा पटकन 'हॉर्सबकिंग'वर जाई. तिथलं थोडं दाखवून मध्येच बाजारात शिरे, प्रेक्षकात घुसे. चतुर संकलनामुळे हा कार्यक्रम मोठा रंजक होत होता आणि हे सगळं प्रत्यक्षात कसं केलं जात होतं, याचं शिक्षण आम्हाला मिळत होतं. ग्रॅहॅम व्हाइट आणि इतर रुरल अधिकारी आम्हाला सगळं समजावून सांगत होते.

ग्राउंडवरच ए.बी.सी (ऑस्ट्रेलियन ब्रॉडकास्टिंग कमिशन)नं आपला एक स्टुडिओ बांधला होता. आत कार्यक्रम चालले होते. शोला आलेल्या लोकांच्या मुलाखती, गुरं तपासणाऱ्या तज्ज्ञांशी बातचीत होत होती, हे सगळं ब्रॉडकास्ट होत होतं आणि बाहेर अनेक लोक काचेला नाक लावून रेडिओची ही यंत्रणा बघत होते. कार्यक्रम कसा होतो, आपण रोज ज्यांचे आवाज ऐकतो, ते लोक प्रत्यक्ष कसे दिसतात, हे लोकांना बघायला मिळत होतं.

आम्ही स्टुडिओत बसून कार्यक्रम बघत होतो. बघता बघता मध्येच ग्रॅहॅम

व्हाईट माझ्या शेजारी आले. रेकॉर्ड वाजत होती. त्यामुळे स्टुडिओ चालू नव्हता. माझ्यापाशी येऊन साहेब बोलला, ''मी आत्ता तुझी आणि सॅमचिटची मुलाखत घेणार आहे – पाच मिनिटं. शोमध्ये काय बघितलं ते सांगायचं... हं!''

आणि माझ्या होकाराची वाट न बघता तो माइकपाशी गेलासुद्धा. घोषणा झाली.

''मी ग्रॅहॅम व्हाइट बोलतोय. आता मी आपल्याला दोन पाहुण्यांची ओळख करून देणार आहे. एक माडगूळकर, हे भारतातून आलेले रुरल ऑफिसर आहेत. दुसऱ्या आहेत सॅमचिट शिङ्छिॉय थायलंडच्या टीव्ही डायरेक्टर....''

''माडगूळकर, तुम्हाला काय आवडलं ह्या शोमधलं?''

...आणि बोल-बोल म्हणता मुलाखत संपली. ग्रॅहॅमनं 'थँक्स' म्हणून कार्यक्रम संपवला. मी चकित झालो. आमच्याकडे रेडिओवाल्यांना एवढी मुलाखत ब्रॉडकास्ट करण्यासाठी केवढे व्याप करावे लागतात. आधी प्रपोजल करावयाचं. साहेबांची सही घ्यावयाची. मग कॉंट्रॅक्ट टाइप करायचं. पुन्हा साहेबांची सही घ्यायची. ते कॉंट्रॅक्ट मुलाखत देणाऱ्यापुढे ठेवायचं आणि त्याची होकाराची सही. मग त्यानं मुलाखतीचं स्क्रिप्ट तयार करायचं. एक एक कॉपी आमच्या रेकॉर्डला द्यायची. ते स्क्रिप्ट प्रोग्रॅम प्रोड्यूसरनं तपासायचं. मग तालीम आणि मग कार्यक्रम! ग्रॅहॅम व्हाइट ह्या भानगडीत पडला नाही. त्यानं धाडकन कार्यक्रम केला. कदाचित आउटसाईड ब्रॉडकास्ट असल्यामुळे त्याला हे करावं लागलं नसेल. आमच्या रेडिओ कार्यक्रमात एवढा सोपेपणा कधी बरं येईल?

मेलबोर्नमधला मुक्काम फार लवकर संपला. तीन आठवडे कसे गेले, ते कळले नाही. कॅनबराला जाण्याचा आमचा दिवस जवळ आला. मग सर्वांनी मिळून वर्गणी गोळा केली. मेलबोर्न सोडण्याच्या आदल्या रात्री एक्सप्लनाड हॉटेलमध्ये पार्टी ठेवली. ग्रॅहॅम इव्हान्स, ग्रॅहॅम व्हाइट, जॉन डग्लस, मिस्टर विन्टर असे निवडक लोक बोलावले. ज्या ज्या लोकांचा विशेष परिचय झाला होता, त्यांना बोलावलं. सगळे जमले. हास्यविनोद, खाणंपिणं झालं. खूप दंगा झाला. नाना भाषेतली गाणी झाली. थायी पोरींनी नाच केला. डग्लस त्यांच्याबरोबर नाचले. बरीच रात्र झाली. निरोपाची वेळ झाली. मग प्रत्येकानं आपापल्या देशांतून आणलेल्या छोट्या-छोट्या भेटवस्तू सगळ्यांना दिल्या. उराउरी भेटून निरोप घेतला. ओंग चांकोनं फिलिपाइन्सचं वैशिष्ट्य असं लाकडी कॅरबोज दिले; मी हस्तिदंती हत्ती, पेपरकटर्स. थायी मुलींनी सिल्कचे टाय दिले. आशियातील मुलांचं हे प्रेम बघून इव्हॅन्सना गहिवरल्यासारखं झालं. मी इतक्या विद्यार्थ्यांचे ग्रुप पाहिले; पण हा ग्रुप काही विशेष होता, असं त्यांनी भाषणात सांगितलं. सिलोनच्या पेट्रिक लायन

जयतुंगेनं आपल्या सिंहली इंग्रजीत विनोदी भाषण करून उत्तर दिलं. मग टेबलाभोवती सगळे उठून उभे राहिले आणि मेलबोर्नमधल्या त्या थंड मध्यरात्री, वेड्यावाकड्या आवाजात संगीत घुमलं....

"ही इज ए जॉली गुड फेलो, ही इज ए जॉली गुड फेलो.
ही इज ए जॉली गुड फे ऽऽऽ लो ऽऽऽ
अॅ ऽऽ न्ड सो ऽऽ से ऽऽ ऑ ऽऽ ल ऑफ अस...
सो से ऑल ऑफ अस,
सो से ऑल ऑफ अस
ही इज ए जॉली गुड फे ऽऽ लो ऽऽ!"

। तीन ।

पंधरा-वीस आठवडे राहून मेलबोर्नची नीटशी तोंडओळखसुद्धा झाली नाही. मग स्वभाव कळणं तर सोडाच. वरवर पाहून मनावर छाप पडली ती मेलबोर्नच्या लांबच लांब आणि रुंद रस्त्यांची, आलिशान इमारतींची, सुंदर हिरवळींची, रंगीत बागांची, प्रौढ शांततेची आणि या शहराच्या घरंदाजपणाची.

ऑस्ट्रेलियातील इतर बहुतेक शहरे वसवली ती सैनिकांनी किंवा खलाशांनी, पण मेलबोर्न वसवलं शेतकऱ्यांनी. टास्मानियातील एक शेतकरी आपल्याबरोबर व्यापारी, वकील, डॉक्टर, मास्तर अशी मंडळी घेऊन 'यारा' नदीच्या काठी अठराशेपस्तीसमध्ये येऊन राहिला. खेडं वसायला चांगली जागा, असं त्यानं मेलबोर्नचं त्या वेळी वर्णन केलं होतं आणि आज हे खेडं केवढं वाढलं आहे! बरं, ही वाढ होऊनही बकालपणा नाही, घरंदाजपणाला मुळीच धक्का नाही. शंभर-सव्वाशे वर्षांपूर्वी बैलगाड्या खडखडत जेथे वस्तीला आल्या, त्या ठिकाणी आज केवढं भव्य आणि सुंदर शहर उभं राहिलं आहे. मी काही लंडन पाहिलं नाही, पण पाहणारे सांगतात की, मेलबोर्न हे लंडनपेक्षा मोठं आहे आणि लंडनपेक्षा कितीतरी सुंदर आहे! मेलबोर्नला पाहिली, तेवढी सुंदर घरं आणि बागा मी ऑस्ट्रेलियात इतरत्र कुठेही पाहिल्या नाहीत आणि मेलबोर्नला अनुभवला, तसा घरंदाजपणाही कोठे अनुभवला नाही.

ऑक्टोबर दहा तारखेस आम्ही मेलबोर्न सोडलं. अगदी सकाळी सकाळी भली मोठी मोटारगाडी हॉटेलच्या दाराशी येऊन उभी राहिली. आम्ही पाच देशांचे आणि चार वेगवेगळ्या धर्माचे लोक सामानसुमान चढवून गाडीत बसलो.

बौद्ध धर्माच्या दोन स्त्रिया, मिस सोंबत भिपुरम आणि मिसेस समचित्त सिद्धिजय एकाच बाकावर बसल्या. तेव्हा ख्रिश्चनधर्मीय, फिलिपिनो, ओंग चांको अदबीने त्यांच्याजवळ जाऊन म्हणाल्या, ''का हो, अशी शून्यांची

सोबत काय कामाची? त्यापेक्षा मला जागा देऊन समचित्त अबूपाशी बसल्या, तर बरं नाही का होणार?''

यावर सोंबत लहान मुलासारखी खुदुखुदु हसली, पण जागची उठली नाही.

आमचा कॅनबराचा ट्रेनिंग ऑफिसर जॉन ॲगन्यू हा मोठा मिश्कील आणि चंट तरुण होता. तो डोळा मिचकावून म्हणाला, ''मला समचित्त बाईशी थोडी चर्चा करायची आहे. सोंबत, तुम्ही मला जरा इथं जागा देता का?''

यावर बापडी सोंबत उठून दुसऱ्या बाकावर खिडकी गाठून बसली. तिच्या शेजारची अर्धी जागा ओंगनं बळकावली. चिनी शेतकऱ्यासारखं हसून आम्ही सर्वांकडे आणि त्यानं सोंबतकडे पाहिलं. ॲगन्यूनी डोळा मिचकावला. सगळ्या मंडळीत सिलोनचा पेट्रीक लायन जयतुंगे आणि मी दोघं अंगानं लठ्ठंभारती होतो. ऐसपैस बसायला मिळावं, म्हणून मागचा बाक आम्ही दोघांनीच अडवला. अबू आणि प्रत्तुंग ही जोडी अभंग होतीच. राहता राहिला अभि. तो आपला एकटाच एक बुक हातात घेऊन खिडकीशी बसला. टॅक्सी असती, तर त्याला ऑस्ट्रेलियातील पद्धतीप्रमाणे ड्रायव्हरच्या शेजारी बसावं लागलं असतं. आपण एकट्यानं टॅक्सी केली, तर मागं नाही बसायचं; ड्रायव्हरच्या शेजारी. कारण ड्रायव्हरचा दर्जा काही सामाजिकदृष्ट्या आपल्यापेक्षा कमी नाही.

मग मेलबोर्नच्या रुंद रस्त्यावरून मोटार धावू लागली. आलिशान इमारती आता मागे पडू लागल्या. आता आपण पुन्हा या शहरी कधी येणार नाही, इथं भेटलेली माणसं पुन्हा आपल्याला कधीही भेटणार नाहीत, ही जाणीव मोठी खिन्न करणारी होती. जेव्हा तेव्हा डोळे मारून गमतीदार बोलणारा लाघवी, हुशार, ग्रॅहॅम व्हाइट आता पुन्हा भेटणार नव्हता. ब्रिटिश माणसाचा नेमका नमुना असा ग्रॅहॅम इव्हॅन्स पुन्हा भेटणार नव्हता. फिल्मच्या नादानं वेडावून गेलेला आणि काहीतरी अचाट करण्याच्या मागं असलेला टिम ब्रिस्टल पुन्हा दिसणार नव्हता. प्रवाहात वाहात एकमेकांजवळ येऊन पुन्हा दूर होणाऱ्या लाकडाच्या ओंडक्याप्रमाणे आम्ही एकमेकांपासून दूर झालो होतो. आता केवळ आठवणी राहणार होत्या!

ओंगला काय आठवण झाली कोण जाणे, सोंबतची सोबत सोडून तो माझ्यापाशी येऊन बसला आणि म्हणाला, ''मला फार उदास वाटतंय.''

''का रे?''

''मिस कार्सनच्या बाबतीत माझी फार निराशा झाली. हे ऑस्ट्रेलियन लोक वरवर गोड वागतात. खरं तर त्यांच्या मनात काही नसतं.''

कार्सन ही सुंदर मुलगी मला आणि ओंगला मेलबोर्नला आल्या-आल्या भेटली होती. निळ्या डोळ्यांची, गुलाबी गालांची आणि सारखी खुदुखुदु हसणारी. कामानिमित्त वरचेवर भेटीगाठी झाल्या होत्या. तिनं एकवार संध्याकाळी घरी बोलावून खाऊपिऊ

घातलं होतं आणि ओंग लगोलग तिच्या प्रेमात पडला होता! एके दिवशी रात्री सिगारेटची पाकिटं, एक बिअरची बाटली आणि बरेच कोरे कागद नासून त्यानं कार्सनला सुरेख प्रेमपत्र लिहिलं होतं. वरवर ते साधं पत्र होतं, पण 'ओळींमध्ये वाचलं', तर प्रेमपत्र होतं. कार्सनकडून काहीच जबाब आला नव्हता. प्रत्यक्ष गाठ पडली, तेव्हा केवळ थंडपणानं ती म्हणाली होती, "तुझं पत्र मिळालं. थँक्स!"

आता मेलबोर्न सोडताना ओंगला ही आठवण उदास करत होती. मी म्हणालो, "चोरा, तिनं काय तुझ्या गळ्यात पडायचं होतं काय? अरे, तू परदेशी पाहुणा म्हणून ती जरा बरं वागली, तर त्याचा अर्थ तू भलताच केलास!"

यावर तो फिलिपिनो ओशाळवाणा हसला आणि पुन्हा सोंबतपाशी जाऊन बसला.

बोलबोल म्हणता शहर दिसेनासं झालं. कॅनबराला जाणाऱ्या हायवेवरून मोटार धावू लागली.

रस्त्याच्या दोन्ही बाजूला 'हिरवे हिरवेगार गालिचे, हरित तृणांच्या मखमालीचे' असा मनोहर देखावा होता. सुरेख सूर्यप्रकाश होता. हवेत बेताचा गारठा होता आणि ऑस्ट्रेलियातील कामगाराचा खास नमुना असा आमच्या गाडीचा ड्रायव्हर जॉन मास्टरसन भन्नाट गाडी मारत होता. अंगावर जाड ओव्हरकोट घालून आम्ही सर्व जण प्रशस्त अशा गाडीत बसलो होतो.

सुरुवातीचा प्रवासाचा उत्साह ओसरला होता आणि कोणी आपल्याशीच काही गुणगुणत होता. कोणी बाहेरील निसर्ग पाहत होता.

हिरव्यागार कुरणातून गुबगुबीत मरिनो मेंढरं उड्या मारत होती. विलो वृक्षांच्या खाली तांबडी गुरं रवंथ करत होती. तीनतीनशे फूट उंच वाढणारे गम वृक्ष, माथी उंच करून आभाळाला शिवू पाहात होते. रंबीबेरंगी राघूंचे थवे भरारत होते. मध्येच झुळझुळते ओढे लागत, टेकड्या लागत, नाना रंगांची पाखरं दिसत. मोटार थोडी उभी करून अशा जागी रमावं असं वाटे, पण माझ्याशिवाय इतर कोणाला झाडांत, पाखरांत रस नव्हता. पाखरांचा थवा उडाला की, मी जॉनला विचारी, "कोणती पाखरं ही?"

यावर डोळे मिटून आणि खांदे उडवून हा चाकरमान्या ऑस्ट्रेलियन म्हणे, "I Wouldn't know!"

बहुधा प्रत्येक ऑस्ट्रेलियन हा निसर्गाचा नादी असतो, या माझ्या समजुतीला तडा जाई. खटपट करून बॅगेतले 'ऑस्ट्रेलियातील पक्षी', हे पुस्तक काढून मी चित्र पाही आणि आता पाहिले हे पक्षी 'कॉकेटू' असावेत, असा निर्णय घेई.

मग जॉन ॲग्न्यू उभे राहिले आणि ऑस्ट्रेलियातील जणू राष्ट्रगीत बनलेलं एक लोकगीत म्हणू लागले.

'Oh! there once was a swagman camped in a
Billabong under the shade of a coolabah tree;
And he sang as he looked at his old billy-boiling,
"Who'll come a waltzing Matilda with me?"
Waltzign Matilda and leading a water-bag
Who'll come a-waltzing Matilda with me?'

लवकरच कोरस सुरू झाला. गाडीचं चाक फिरवीत मास्टरसननं आवाज उंचावला. ओंगचा आवाज उंचावला आणि आम्ही सगळेच म्हणू लागलो –

'वॉऽऽऽल्टझिंग माटिल्डा
वॉऽऽऽल्टझिंग माटिल्डा
वॉऽऽऽल्टझिंग माऽऽटिल्डाऽऽ वुइथ मी.'

मेलबोर्न ते कॅनबरा हा आमचा प्रवास पाच दिवस चालू होता. मध्येच लहानशी सुरेख गावं लागत. हिरवी, निळी, जांभळी रंगवलेली आणि छपरांची आटोपशीर घरं, कुंपणावर रेलून एकमेकींशी बोलणाऱ्या शेजारणी, आमचे अनोळखी चेहरे बघून 'गुड डे' म्हणणारे उघडेवाघडे ऑस्ट्रेलियन धनगर, मोटार बघून काऊबॉइजप्रमाणे बोटांची पिस्तुलं आमच्यावर झाडणारी लहान पोरं दिसत आणि नाहीशी होत. गावातील हमरस्त्यावर पब दिसला की, च्यायबाज ड्रायव्हरप्रमाणे मास्टरसन गाडी थांबवून 'कपल ऑफ बियर्स' हाणून तोंड पुसत माघारी येई. 'बार' ला तो 'ब्लड हाऊस' म्हणे. दरम्यान सयामी बाया खाली उतरून रानात शिरत आणि सोनकीसारखी दिसणारी पिवळीधम्मक फुलं, गवताचे तुरे गोळा करून घेऊन येत. अबू पेपरमिंटचा डबा आणून गाडीभर फिरवी आणि ओंग चांको सिगरेटचा कोटा भरून घेई.

जाता जाता आम्ही डुकीचं शेतकी कॉलेज बघितलं. बेनेला या गावी रात्रभर राहिलो. सकाळी लवकर उठून ऑलबरीला पोचलो. ऑलबरीचे मेयर मि. बन्टन यांनी आमचं स्वागत केलं. टाऊनहॉलमध्ये प्रतिष्ठित नागरिक जमले होते. मेयर म्हणाले, ''मीही रेडिओवाला आहे. इथल्या ग्रामीण रेडिओचा अनाउन्सर रजेवर किंवा परगावी जातो, तेव्हा त्याच्या जागी मी काम करतो.''

ऑलबरीचे मेयर खरोखरच मेयर वाटत होते. त्यांनी केवढ्या अभिमानानं आपल्या लहानशा गावाबद्दलची माहिती दिली. टाऊनहॉलमध्ये ब्रॉन्झच्या एका मोठ्या चौरसावर विमान कोरलं होतं. त्याच्या दोन्ही बाजूला मोटारी उभ्या होत्या आणि त्यांनी प्रकाशझोत विमानावर टाकले होते. हे चित्रं दाखवून मेयर म्हणाले, ''ही डच सरकारकडून आम्हाला मिळालेली भेट आहे. एका वादळी रात्री एक उतारूविमान ऑलबरीभोवती घिरट्या घालू लागलं. इथं तर विमानतळ नव्हता; पण आम्ही पाहिलं की, हे विमान संकटात आहे. त्याला सुरक्षित उतरवलं पाहिजे. मग

मी गावातील सगळ्या मोटारी जमवल्या आणि क्रिकेट ग्राउंडवर त्या समोरासमोर उभ्या करून सगळ्या गाड्यांचे दिवे पेटवले. डच विमानानंही खूण ओळखली. ते विमान सुखरूप उतरलं आणि उतारूंचे प्राण वाचले.''

ही सर्व हकिगत मेयरनी आवाजाचे चढउतार करून, हातवारे करून नाना तपशील भरून अशी सांगितली की, मी शहारून गेलो. हा उंचापुरा धिप्पाड माणूस रेडिओवर शेतकऱ्यांशी बोलत असेल, तेव्हा ऑलबरी स्टेशनाच्या कक्षेतील सर्व रेडिओ वाजत असतील आणि न्याहारीसाठी टेबलाभोवती जमलेले शेतकरी मध्येच काटा-चमचा खाली ठेवून रेडिओ ऐकत राहत असतील, याबद्दल मला शंका उरली नाही.

ऑलबरीचा नंतरचा मुक्काम 'वॉगा-वॉगा' या गावी झाला. प्रत्येक गावी गेलं की तिथलं शेतकी कॉलेज, आदर्श शेतकऱ्यांची शेती आणि त्या गावचे रेडिओ स्टेशन यांना भेटी द्यायच्या, हे ठरून गेलं होतं. कारण, आजूबाजूची शेती जशी असेल, तसा रंग त्या गावच्या ग्रामीण रेडिओ कार्यक्रमांना असतो. वॉगाला भेटलेला तगडा रुरल ऑफिसर केम टकर दुसऱ्या महायुद्धात सोजीर होता. मी काही दिवस देवळालीला होतो, असं त्यानं मला सांगितलं. (तिथे शिकलेला 'भांच्योत' हा शब्द त्याच्या अजून लक्षात होता.) त्याच्या घरी जाऊन परसातल्या हिरवळीवर आम्ही चार तास मोठ्या मजेत काढले. लहान डंकन टकरचा हात पाहून मी भविष्य सांगितलं. सगळ्यांचा घोळका माझ्याभोवती पडला आणि मी फारच महत्त्वाचा माणूस झालो!

वॉगाचा एक दिवसाचा मुक्काम संपला. सकाळी लवकर उठून आम्ही मोटारीत बसलो. केम टकरचा आणि त्याचं घवघवीत कुटुंब निरोप द्यायला आलं होतं. टकरचा पाच-सहा वर्षांचा मुलगा डंकन सर्वांना आवडला. आपली आठवण म्हणून प्रत्येकानं आपापल्या देशाचं एक नाणं डंकनला दिलं. मी मात्र येताना भारतीय नाणी आणली नव्हती आणि भारतातून जाताना बरोबर नेलेल्या सगळ्या वस्तू मी मेलबोर्नला वाटून टाकल्या होत्या. मला काही देता आलं नाही, याची उगीचच चुटपुट लागली. मी म्हणालो, ''डंकन, तुला आठवण म्हणून देण्यासाठी माझ्यापाशी काही नाही गड्या!''

यावर तो पोरगा म्हणाला, ''पण तुम्ही माझे भविष्य सांगितलं की! ते माझ्या पक्कं आठवणीत राहील.''

जॉन ॲगन्यू मोठा टग्या माणूस होता. गाव जवळ आलं की, सर्वांच्या समोर उभा राहून गंभीरपणानं तो जाहीर करत असे –

''मित्रहो! आपण ऑलबरीच्या जवळ आलो आहोत. आतापर्यंतचा तुमचा प्रवास मजेत झाला असेल, असं मी गृहीत धरतो. ऑलबरीला 'हॉलिडे होम', या

हॉटेलमध्ये आपण रात्रभर राहणार आहोत. तिथे राहण्याबद्दल प्रत्येकाला एक पौंड दहा शिलिंग खर्च येईल. प्रत्येकानं आपले पैसे भरावेत आणि पावती घ्यावी. हा खर्च तुम्हाला परत मिळेल. उद्या सकाळी ठीक आठ वाजता आपला प्रवास सुरू होईल. थँक्यू!''

मी काही गमतीदार बोललो की, एक डोळा मिचकावून तो म्हणत असे, ''माड, यू आर ए बॉटलर, रिअल बॉटलर!''

असल्या शब्दांचा बराचसा साठा या एकांड्या माणसापाशी होता. मी विचारी, ''व्हॉट इज बॉटलर, प्लीज?''

यावर खोऽखो हसून तो उत्तर देई.

''कन्सल्ट डिक्सनरी अॅन्ड फाइंड आऊट. यू हॅव टु लर्न अवर लिंग्वा मेट!''

कॅनबरा जवळ आलं. घसा साफ करून जॉननं अनाऊन्समेंट दिली आणि थोडी पुढे जाऊन गाडी बंद पडली. मास्टरसन थोडी खटपट करून म्हणाला, ''डॅम इट! शी इज आऊट ऑफ ज्यूस!''

मी जॉनला विचारलं, ''व्हॉट इज ज्यूस प्लीस? आय हॅव नो ऑस्ट्रेलियन डिक्सनरी टु कन्सल्ट.''

''ज्यूस इज पेट्रोल! अंडरस्टँड?''

''येस प्लीज! थँक्यू!''

आता थांबण्यावाचून गत्यंतर नव्हतं. मी आनंदानं खाली उतरलो आणि रस्त्यालगतची कुंपणं ओलांडून रानात जाण्याच्या तयारीला लागलो. अॅगन्यू म्हणाला, ''नो, नो, माड, नो ट्रेसपासिंग. समवन माइट शूट यू!''

''बापरे! राहिलं बुवा!''

मग मी आणि ओंग हायवेच्या कडेला फेकून दिलेली बिअरची रिकामी टिनं लाथेनं उडवत राहिलो. लवकरच गाडीतली सर्व मंडळी या उद्योगाला लागली.

आमच्या मागून येणाऱ्या गाड्यांना कॅनबराच्या दिशेनं अंगठा दाखवत मास्टरसन रस्त्यावर उभा राहिला. बरीच टिनं ठेपलून झाली. दरम्यान मास्टरसन कोणत्या गाडीतून कुठे गेला आणि 'ज्यूस'चा डबा घेऊन कसा परत आला, हे कळलं नाही. गाडी सुरू झाली. आम्ही कॅनबराला पोचलो!

कॅनबरा ही ऑस्ट्रेलियाची दिल्ली आहे. ही 'दिल्ली' वसवण्यासाठी अनेक वास्तुशास्त्रज्ञांचे मेंदू शिणले आहेत. राजधानीची ही जागा नक्की झाल्यावर ऑस्ट्रेलियन सरकारनं एक आंतरराष्ट्रीय स्पर्धा जाहीर करून, राजधानीचे नकाशे मागवले. ही गोष्ट १९११ सालातली! कॅनडा, ब्रिटन, फ्रान्स, जर्मनी, अमेरिका देशांनी या स्पर्धेत भाग घेतला. १३७ लोकांनी नकाशे पाठवले. पैकी शिकागोमधल्या 'ग्रीफिन' नावाच्या साहेबाचा नकाशा पास झाला आणि त्याला १८५० पौंडांचं बक्षीस

मिळालं. आजची कॅनबरा राजधानी ही या नकाशात काही फेरफार करून उभारलेली आहे.

कॅनबराचं डोळ्यात भरणारं वैशिष्ट्य म्हणजे हे बागशाही शहर आहे! अनेक वर्षं संशोधन करून तज्ज्ञांनी या जागी बहरतील, फुलतील, अशी झाडं शोधली आणि नाना देशांतील नाना झुडपांनी शहर भरून टाकलं. (मोजदाद केली, तर पंधरा लक्ष भरतील, इतकी झाडं कॅनबरात आहेत!) ऋतुपरत्वे ही बागशाही फुलत राहते. समर गर्द हिरवा असतो; ऑटम सोनसळी, लालसर आणि जांभळा असतो; तर स्प्रिंग नाना रंगांची उधळण करतो.

कॅनबरात आमची फाटाफूट झाली. एकाच हॉटेलमध्ये जागा मिळाली नाही. मी, ओंग आणि अबू हॅवलॉक हाऊसमध्ये राहिलो. रविवारी आम्हा दोघांनाही काय करावं, हे कळेना. संध्याकाळ झाली. खोलीत पडून राहण्याचा कंटाळा आला. ओंग म्हणाला, ''गंमत करू या. मी माझा राष्ट्रीय पोशाख करतो, तू तुझा कर. आपण दोघंही रस्त्यानं हिंडू या. मग नक्की कोणीतरी भारतीय अगर फिलिपिनो भेटेल. मग आपणाला तो घरी नेईल. हिंडू-फिरू.''

मला काही खरं वाटलं नाही. असं कधी कोणी भेटतं का? मी भारतीय पोशाख नेला नव्हताच. ओंगनं त्याचा राष्ट्रीय पोशाख म्हणजे रेशमासारख्या कापडाचा कुडता अंगात घातला. आम्ही बाहेर पडलो. रस्त्यावर शुकशुकाट होता. दुकानं बंद होती. सिव्हिक सेंटरपाशी चौकात एक लहानशी बाग होती. बागेत कोणी नव्हतं. फक्त कबुतरं हरळीवरून हिंडत होती. मी म्हणालो, ''इथं बसू या.'' झाडाच्या सावलीतला बाक बघून दोघेही विड्या ओढत बसलो.

सिव्हिक सेंटर म्हणजे कॅनबराचं 'कॅनॉट सर्कल!' बाजारपेठ! पण मेलबोर्नपेक्षाही इथं सगळ्या वस्तू महाग होत्या. महाग म्हणजे आपल्या रुपयात ऑस्ट्रेलियात साधा मजूरही आठवड्याला आठ पौंड मिळवतो. त्यांना या वस्तू महाग नव्हत्या, पण आपल्या हातात पौंड असले, तरी डोक्यात रुपया असतो. बागेत आम्ही बसलो असताना एका लहानशा मोटारीनं आमच्याभोवती दोन-तीन चकरा मारल्या. नंतर ती मोटार पलीकडे उभी राहिली आणि सोळा-सतरा वर्षांचा एक स्मार्ट मुलगा बागेत आला.

आमच्याशी येऊन म्हणाला, ''एक्स्क्यूज मी! आर यू फिलिपिनो?''

ओंगनं तात्काळ उठून त्याच्या हातात हात मिळवला. विजयी चेहऱ्यानं माझ्याकडे पाहून म्हणाला, ''बघा, मी म्हणालो नव्हतो का, माझ्या अंगरख्याचा उपयोग होईल!'' मीही उठून त्या मुलाच्या हातात हात मिळवला आणि विचारलं, ''अंगरखा न घालता मीही फिलिपिनो वाटतो का?''

पोरगा बुचकळ्यात पडला आणि थोडा विचार करून म्हणाला, ''तुम्ही

पाकिस्तानी दिसता!'' (लहानपणी मला माझे वडील नेहमी 'गडदूभाई' म्हणत, ते मला आठवलं!)

ओंगनं ओळख करून दिली, ''हा भारतीय आहे. मऱ्हाता. मुंबईचा.''

पोरगा म्हणाला, ''म्हणजे मी फार चुकलो नाही.''

हा कोवळा फिलिपिनो पोऱ्या मिलिटरी अॅटचीचा मुलगा होता. मग तो म्हणाला, ''येणार का? मी तुम्हाला हिंडवून आणतो.''

आम्हाला तेच हवं होतं. बड्या बापाच्या या बेट्यानं मग आम्हाला छोट्या गाडीत घातलं आणि कॅनबरा दाखवलं. मला एकाएकी आठवण झाली, पुणे केंद्रावर माझ्याबरोबर असलेली सई परांजपे लहानपणी इथं होती. ग्रामर स्कूलमध्ये आपण शिकल्याचं तिनं सांगितलं होतं. मुग्गावे, राऊंड हिल या खुणा सांगितल्या होत्या. आपलं घर कुठं होतं, हेही सांगितलं होतं. मी काही कधी काळी आता तिथे जाणार नाही; पण ती ठिकाणं आता कशी आहेत, हे कोणी बघून येऊन सांगितलं, तर बरं वाटेल, असंही ती म्हणाली होती. मी ह्या ठिकाणांची नावं सांगितली आणि त्या मुलानं आम्हाला तिकडे नेलं.

राऊंड हिलवर गेलो आणि मला वाटलं, कॅमेरा आणला असता, तर बरं झालं असतं! या ठिकाणांचे फोटो घेऊन ते सईला दाखवले असते. सुदैवाने ओंगपाशी कॅमेरा होता. मी राऊंड हिलवरून कॅनबरा पाहतो आहे, मी ग्रामर स्कूलपाशी उभा आहे (मागं पाटी दिसेल अशा हिशेबानं!), मी रँग्लर परांजपे ऑस्ट्रेलियात हायकमिशनर होते, तेव्हा ज्या घरात राहत होते; त्या घरासमोर उभा आहे, असे चार-सहा फोटो त्यानं मोठ्या काळजीनं घेतले. फिल्म संपायची होती. ती संपली की, प्रिंट काढून देतो, असं त्यानं मला सांगितलं. हे प्रिंट्स येथूनच पुण्याला पाठवावेत आणि सईला चकित करावं, असा माझा हिशेब होता.

दुसऱ्या दिवशी पार्लमेंटचा 'क्वेश्चन अवर', पाहण्यासाठी आम्ही गेलो. मी आजतागायत पार्लमेंट असं कधी पाहिलं नव्हतं. जाऊन गॅलरीत बसलो. खाली पंतप्रधान मेन्झिस नि ऑस्ट्रेलियातील इतर राजकारणपटू होते. गॅलरीत आम्हा लोकांशिवाय इतर कोणी नव्हतं. खाली प्रश्नोत्तरं चालली होती, लोक बोलत होते. काय चाललं होतं, हे आम्हाला मुळीच कळत नव्हतं. ठिकठिकाणी रेडिओवाल्यांनी माइक ठेवले होते. पार्लमेंटचं प्रत्येक सेशन म्हणे ब्रॉडकास्ट होते. ऑस्ट्रेलिया आणि न्यूझीलंड ही दोनच राष्ट्रं हा उपद्व्याप करतात. का, तर पार्लमेंटमध्ये काय चाललं आहे, हे सर्व देशाला कळावं.

आमच्यापैकी ओंग चांकोनं कॅमेरा सरसावला. पार्लमेंटचा फोटो घेतला. लगेच एक जाडाजुडा, उंचापुरा ऑस्ट्रेलियन आला आणि अत्यंत अदबीनं ओंगच्या कानाशी लागला.

"साहेब, फोटो घ्यायला परवानगी नाही."

ओंग गोंधळून गेला. "सॉरी, मला माहीत नव्हतं."

"समोर पाटी आहे."

– आणि खरंच, आम्ही बसलो होतो, त्याच्यासमोर कठडा होता. त्याच्यावर तशी पाटी होती.

"फोटो किंवा टिपणं घेण्यास परवानगी नाही."

"पण मी आता घेतला ना फोटो."

"ती फिल्म नाहीशी करा, म्हणजे झालं."

पार्लमेंट पाहून आम्ही परत आलो, ओंगनं सगळी फिल्मची पट्टी कॅमेऱ्यातून ओढून काढली. त्यावर घेतलेले सगळे फोटो नाहीसे झाले. त्यात माझे ते चार फोटोही गेले!

■

। चार ।

आजमितीस ऑस्ट्रेलियात दहा कोटी लाख अकरा हजार लोक आहेत. याचं तीन प्रकारांत वर्गीकरण करण्यात येतं. एक म्हणजे ओल्ड ऑस्ट्रेलियन्स, दुसरे आर्डिनरी ऑस्ट्रेलियन्स आणि तिसरे न्यू ऑस्ट्रेलियन्स. ओल्ड ऑस्ट्रेलियन्स म्हणजे त्या देशातले मूळचे लोक. हे रंगानं फार काळे आहेत. तुम्ही-आम्ही ऑस्ट्रेलियात गेलो, तर हे लोक दिसत नाहीत. (अगदी दिवसासुद्धा). पण त्यांची छान छान लाकडांची चित्रं, मातीची चित्रं प्रवासी लोकांना विकत घेण्यासाठी दुकानातून ठेवलेली असतात. त्यावरून आपल्याला कळतं की, ते आपल्यासारखेच काळे आहेत. हातात बुमरँग घेऊन उभ्या राहिलेल्या, उघड्यावाघड्या ओल्ड ऑस्ट्रेलियनांची छान चित्रं असलेल्या मोठ्या बशा, राख टाकायची भांडी, चिनी मातीचे बुधले; आणि कापडी, लोकरी बसकरं असे अनेक जिन्नस आपल्याला हरेक दुकानातून मिळतात. काळ्या लोकांची चित्रं असलेले हे जिन्नस जपानमधील पिवळा माणूस आपल्या देशात तयार करून ऑस्ट्रेलियात पाठवतो. मला सिडनी शहरामध्ये किंग्जक्रॉस या भागात राहणारी, वयाची सत्तरी ओलांडलेली एक कवयित्री भेटली. ती म्हणाली की, "या देशात पूर्वी काळ्या लोकांना डुकराप्रमाणे गोळ्या घालून गोऱ्या लोकांनी मारलं, त्यांना विष घातलं. रोगराई आल्यावर मेंढरं मरून पडतात, तसे काळे लोक गवतात मरून पडलेले मी पाहिलेले आहेत." ही बाई कम्युनिस्ट होती. त्यामुळे तिनं केलेलं वर्णन खरं नाही, असं मानायला मुळीच हरकत नाही. आता म्हणे काळ्या लोकांविषयी ऑस्ट्रेलियात फार काळजी घेतली जाते. त्यांना शहरात वगैरे हिंडायची बंदी आहे. त्यामुळे या लोकांचा मोटारअपघातातून बचाव होतो. ऑस्ट्रेलियातील कमीत कमी रोजगार आठवड्याला आठ पौंड आहे; पण इतके पैसे काळ्या रोजगाऱ्यांना मुळीच दिले जात नाहीत. त्यामुळे इन्कमटॅक्सपासून त्यांचं संरक्षण होतं. शिवाय महत्त्वाची गोष्ट म्हणजे काळ्या लोकांना दारू

पिण्याची बंदी आहे. त्यामुळे त्यांचं जीवन फारच सुधारलं आहे. हे लोक झिंगून आपल्या संसाराची धूळदाण करत नाहीत.

ऑर्डिनरी ऑस्ट्रेलियन्स म्हणजे आपल्या देशात पूर्वी होते, ते गोरे होत. १३मे १७८७ मध्ये इंग्लंडहून अकरा जहाजं भरून हे लोक वसाहतीसाठी ऑस्ट्रेलियामध्ये आले. यामध्ये १,६०,००० लोक होते, पण त्यापैकी आठशे फक्त गुन्हेगार होते म्हणे. न्यू ऑस्ट्रेलियन्स म्हणजे वर उल्लेखलेल्या लोकांशिवाय ऑस्ट्रेलियामध्ये आलेले, येत असलेले लोक. यात इटालियन्स, हंगेरियन्स, अमेरिकन्स, चिनी, ग्रीक्स वगैरे लोक येतात. यात मूठभर हिंदुस्थानींची भर असतेच, असा माझा अंदाज आहे. माझ्या तीन महिन्यांच्या प्रवासात मी मेलबोर्न, सिडनी, कॅनबरा, ब्रिसबेन, केन्स, लाँगरिच, टॅगबर्थ, वांगा, ऑलबरी या गावी गेलो. मला कुठेही भारतीय माणूस भेटला नाही.

तुम्ही ऑस्ट्रेलियात गेलात, तर तुमच्या रंगामुळे ओल्ड ऑस्ट्रेलियन्स समजून तिथे तुम्हाला त्यांच्याप्रमाणे जपतील, असं मात्र नाही. अपघाताचा धोका असलेल्या रस्त्यानं तुम्ही हिंडू शकता. शरीराची धूळदाण करणारी दारू तुम्ही पिऊ शकता. ऑस्ट्रेलियन्सबरोबरीनं रोजगार मिळवून तुम्ही इन्कमटॅक्सची भानगड गळ्यात घेऊ शकता.

सिडनीसारख्या शहरात तुम्हाला क्वचित एखादा भारतीय दिसेल. साडी नेसलेली स्त्री दिसेल. तुम्ही त्यांना थांबवाल आणि विचाराल –

"आपण भारतीय का?"

तो माणूस थंडपणानं सांगेल, "नाही. मी फिजी आहे."

पुष्कळ वर्षांपूर्वी भारतातून जाऊन फिजीत स्थायिक झालेल्या लोकांना, आपण भारतातून आलो, ही गोष्ट माहीत नसते. याउलट काही फिजी लोक येऊन आनंदानं आपल्याला विचारतात, "आपण फिजी का?"

तेव्हा आपण थंडपणानं म्हणतो, "नाही, मी भारतीय आहे."

पुष्कळ वर्षांपूर्वी पुष्कळ भारतीय लोक फिजी बेटात जाऊन स्थायिक झाले आहेत, हे आपल्यालाही मुळी माहीत नसतं.

सुरुवातीला आपण ऑस्ट्रेलियन लोकांशी इंग्रजीतून बोलतो. ते आपल्याला ऑस्ट्रेलियन भाषेत उत्तरं देतात. ती समजायला अवघड जातात, पण काही दिवस गेल्यावर तुम्हाला ऑस्ट्रेलियन भाषा समजते. पुढे पुढे ही भाषा इंग्रजीच आहे, असं कळून येतं. फक्त काही शब्द ऑस्ट्रेलियन असतात. तुम्हाला इंग्रजी बोलता येतं, ही गोष्ट पुष्कळ ऑस्ट्रेलियन माणसांना फार आश्चर्यकारक वाटते.

भारतीय शाळांतून सर्रास इंग्रजी शिकवलं जातं, हे त्यांना नव्यानं कळतं. तुम्ही चांगले धष्टपुष्ट आहात, हे पाहून त्यांना विस्मय वाटतो, कारण भारतात भुकेमुळे

दररोज लोक रस्तोरस्ती मरून पडत असतात, अशी त्यांची ठाम समजूत असते. तुम्ही गंध लावत नाही, धोतर नेसत नाही, गाय दिसल्यावर नमस्कार करत नाही, ह्याचं त्यांना आश्चर्य वाटतं.

ऑस्ट्रेलियन लोक तुमच्याशी फार मित्रत्वानं, अगत्यानं वागतात. तुम्हाला मदत करण्यात ते फार तत्पर असतात. पोस्टात गेलात, तर पोस्टातला माणूस तुमचं पाकीट वजन करून त्याला तिकिटं किती लावायची, हे न खेकसता सांगेलच; पण तुमच्यापाशी फार पाकिटं असतील, तर तुम्हाला तिकिटं लावायलाही मदत करेल. (मला वाटतं, काही वेळा तो पत्र लिहायलाही मदत करत असावा.) बँकेत गेलात, तर बँकेतला माणूस तुम्हाला पैसे काढायची स्लिप भरायला सांगणार नाही. तो ती स्वत: भरून तुमची फक्त सही घेईल आणि त्वरित तुम्हाला पैसे देईल. (स्वत: घेणार नाही. हे सर्व तो आपल्यासाठी करून वर 'थँक्यू' म्हणेल. ऑस्ट्रेलियात 'प्लीज' आणि 'थँक्यू' शब्द सारखे म्हणत राहावे लागतात. समजा, तुम्हाला सॉफ्ट ड्रिंक (म्हणजे आपले कोल्ड्रिंक) घ्यायचं आहे. तुम्ही मिल्क-बारमध्ये जाता; (मिल्कबार हा शब्द आपल्याला चमत्कारिक वाटतो. ऑस्ट्रेलियात शर्ट बार, ऑईस्टर बार, फिश बारही असतात. आपल्याकडे पूर्वी होते, त्या बारला ते 'पब' म्हणतात.)

तिथे हॉस्पिटलमधल्या डॉक्टरसारखा पांढरा गाऊन घातलेला माणूस विचारतो, "येस प्लीज?"

आपण म्हणायचं, "वन ऑरेंज ज्यूस प्लीज."

तो ग्लास भरून आणून देतो. त्यावर आपण म्हणायचं, "थँक्यू!" आणि विचारायचं, "हाऊ मच प्लीज?"

तो म्हणतो, "वन अ‍ॅन्ड ट्रीपन्स प्लीज."

आपण म्हणायचं, "येस प्लीज." आणि पैसे द्यायचे.

पैसे दिल्यावर तो म्हणतो, "थँक्यू."

त्यानं पैसे घेतल्यावर आपण म्हणायचं, "थँक्यू."

आपण थँक्यू म्हटल्याबद्दल तो म्हणतो, "थँक्यू."

मग आपण 'थँक्यू' म्हणून चटकन दुकानाबाहेर यायचं.

नुसतं 'क्यू' म्हटलं तरी चालतं. कारण शब्द खच्ची करणं ऑस्ट्रेलियन लोकांना आवडत. (कांगारू न म्हणता ते 'रू' म्हणतात.) जिना चढताना दुसरा माणूस समोरून आला, तर टक्कर होऊ नये म्हणून आपण थांबतो. त्यावर समोरचा म्हणतो, "थँक्यू!" लिफ्टमध्ये, बसमध्ये, ट्रॅममध्ये सारखं 'प्लीज' आणि 'थँक्यू' म्हणत राहावं लागतं. चांभारानं बूट पॉलिश केल्यावर, न्हाव्यानं केस कापल्यावर, रस्त्यावर चालताना मोटारवाल्यानं अंगावर मोटार न घातल्याबद्दल 'थँक्यू'

म्हणणं बरं असतं.

ऑस्ट्रेलियातील सर्व लोक उंचेपुरे, धिप्पाड आणि गोरे असतील, असं आपल्याला वाटतं; पण तसं मुळीच नाही. काटकुळे, लांबडे, गिड्डे लोकही असतात. लोकरीचं उत्पन्न फार असल्यामुळे हे लोक ती फार वापरत असतील असं वाटतं; पण साधे सुती शर्ट आणि चतकोर चड्ड्या ते जास्त वापरतात. थोडासा उकाडा आला, तर ऑस्ट्रेलियन मुलीबाळी चतकोर चड्ड्या घालून चक्क रस्त्यानं हिंडतात. अंगात आखूड दंडके आणि कमरेला चतकोर चड्ड्या अडकवलेली तरणीताठी मुलं, आखूड बाह्यांचा तंग ब्लाऊज आणि नितकोर चड्ड्या घातलेल्या मुलींच्या कमरेभोवती हात टाकून जाताना दिसली, म्हणजे अगदी खिजल्यासारखं होतं.

ऑस्ट्रेलियात जातीपाती नाहीत, पण आपल्याला त्या दिसतात. निदान मला तरी दिसल्या. बहुतेक ग्रीक लोक वाणी जातीचे आहेत, ठिकठिकाणी त्यांनी दुकानं काढली आहेत. चिनी लोक माळी जातीचे आहेत, कारण ते भाज्यांचा आणि फळांचा व्यापार करतात. इटालियन, इराणी तिकडचे हॉटेलवाले आहेत. मला अनेक लोक भेटले. ज्यांचा जास्त परिचय झाला, ते लोक अमुक जातीचे असले पाहिजेत, असं मला वाटलं. आमचे ट्रेनिंग ऑफिसर ग्रॅहॅम इव्हॅन्स कोकणस्थ ब्राह्मण होते. जॉन ॲगन्यू उच्च शिक्षण घेतलेले अस्पृश्य होते. ब्रिसबन रेडिओ कचेरीतील ग्रामीण कार्यक्रमाचे सुपरवायझर जेफ डिंगल जातीनं शिंपी होते आणि डायरेक्टर जॉन डग्लस देशस्थ ब्राह्मण होते. हे कशावरून, असं तुम्ही विचाराल. कारण काही नाही. मला आपलं तसं वाटलं, एवढंच.

ऑस्ट्रेलियामध्ये भिकारी नाहीत. 'आंधळ्याला पैसा दे भगवान' असं ओरडत जाणारे लोक नाहीत. सिडनीला असताना एकदा एका म्हाताऱ्यानं हात पसरून म्हटलं, ''टू बॉब्स्.'

– म्हणजे दोन शिलिंग. एक रुपयापेक्षा थोडे जास्तच. एवढे पैसे मागणाऱ्या माणसाला भिकारी कसं म्हणावं? शिवाय तो काही अन्नासाठी रुपया मागत नव्हता, त्याला प्यायची होती. असे लोक ऑस्ट्रेलियातील शहरातून दिसतात. पण त्यांना भिकारी म्हणणं बरोबर नाही. ऑस्ट्रेलिया हा सुखी आणि संपन्न देश आहे. तिथे भिकारी नाहीत.

कॅनबराला असताना 'सो यू वॉन्ट टू बी अन् ऑस्ट्रेलियन', असं एक ऑस्ट्रेलियनसंबंधी नव्या लोकांना माहिती पुरवणारं गमतीदार पुस्तक मला मिळालं. त्यात पुढील माहिती होती. ऑस्ट्रेलियात तीन प्रबळ राजकीय पक्ष आहेत – १) लेबर पार्टी, २) लिबरल पार्टी व ३) कंट्री पार्टी. कंट्री म्हणजे शेतजमीन.

१) लेबर पक्षामधल्या सभासदाचा लेबरवर विश्वास नसतो.

२) लिबरल पार्टीमधल्या सभासदाचा लिबरालिझमवर विश्वास नसतो.

३) कंट्री पार्टीमधल्या मेंबराचा आपल्या ताब्यात असलेल्या या कंट्रीच्या तुकड्यापलीकडे कशावरही विश्वास नसतो.

– ट्रेड युनियन कमिटीवर बसून मालकवर्गाला शिव्या घातल्या, म्हणजे लेबर पार्टीत जाता येतं.

– आपल्या दिवाणखान्यात बसून कामगारांना शिव्या घातल्या, म्हणजे लिबरल पार्टीत शिरता येतं.

– आपल्या शेताच्या कुंपणाचा खर्च वाढवल्याबद्दल महागाईला शिव्या घातल्या, म्हणजे कंट्री पार्टीत शिरता येतं.

आपल्याकडे विभूतिपूजा आहे. ऑस्ट्रेलियात 'हय-पूजा' आहे. मेंढरांवर मिळवलेला पैसा ऑस्ट्रेलियन लोक घोड्यांवर लावतात. पूजनीय अशा 'हय' देशात 'Phar Lap' या नावाला फार मानलं जातं. हे 'घोडदैवत' न्यूझीलंडमधून ऑस्ट्रेलियात आलं. हा रेसचा घोडा अमेरिकेत मेला, तेव्हा ऑस्ट्रेलियन वर्तमानपत्रांनी देशावर कोसळलेल्या या आपत्तीची सहा कॉलमी बातमी छापली. कॅनबरा येथील 'इन्स्टिट्यूट ऑफ अनॉटमी'मध्ये त्याचं हृदय आहे. मेलबोर्नच्या म्युझियममध्ये त्याचं कातडं पेंढा भरून ठेवलं आहे. हाडांचा सांगाडा न्यूझीलंडला परत केला, तो तिथल्या म्युझिमयमध्ये मौजूद आहे.

ऑस्ट्रेलियातील पुष्कळशी वृत्तपत्रं घोड्यांसंबंधी, रेससंबंधी आणि जॉकीसंबंधी माहितीवर आपला चरितार्थ चालवतात. याच ऑस्ट्रेलियन लेखकानं तेथील वर्गव्यवस्था पुढीलप्रमाणे वर्णन केली आहे.

ॲरिस्टोक्रसी :
१) जॉकीज,
२) ट्रेनर्स,
३) घोडामालक,
४) कमिशन एजंटस इ.

उच्च मध्यमवर्ग :
१) बॉक्सर्स,
२) फुटबॉल खेळाडू,
३) टेनिस खेळाडू,
४) क्रिकेटपटू इ.

मध्यम वर्ग :
१) नभोवाणी कलावंत,
२) शेतकरी,
३) व्यापारी इ.

वर्गहीन वर्ग :
१) संगीतकार,
२) शिक्षक,
३) लेखक,
४) शास्त्रज्ञ,
५) चित्रकार,
६) कवी इ.

वृत्तपत्रं पाहिली, म्हणजे या गोष्टीचा पडताळा येतो. 'जॉकीचं लग्न' ही बातमी पहिल्या पानावर असते. ट्रेनरचा मृत्यू हा तितकाच महत्त्वाचा. कवी वारला, तर मात्र त्याच्या बायकोला, प्रत्येक ओळीला तीन शिलिंग सहा पेन्स भरून बातमी द्यावी लागते.

हे पुस्तक विनोदी समजलं जातं, तेव्हा त्यातील माहिती कोणी गंभीरपणानं घेऊ नये.

कॅनबराचा आठवड्याचा मुक्काम भर्रकन संपला. सामानसुमान आवरून आम्ही सिडनीच्या विमानात बसलो. याही खेपेला जॉन ॲगन्यू बरोबर होते.

■

। पाच ।

सिडनी शहरातला पहिला दिवस. हॉटेलमध्ये बसून कंटाळा आला. मी बाहेर पडलो. 'किंग्जक्रॉस' लोकांनी आणि गाड्यांनी गजबजला होता. रस्त्यावरून सणासण गाड्या जात होत्या. फळांची, फुलांची रंगीबेरंगी दुकानं, टिपटॉप कपडे घातलेल्या मुली, हंगेरियन, इटालियन, ऑस्ट्रेलियन चेहरे. दुकानावरच्या निळ्या, तांबड्या, पिवळ्या निऑन साइन्स झगझगत होत्या. पावसाची हलकीशी सर पडून गेल्यामुळे रस्ता काळा कुळकुळीत झाला होता. नाना रंगांची खडी त्यावर उठत होती.

रस्ता पार करून मी चौकात पोचलो आणि कोपऱ्यावरच्या पबमध्ये शिरलो.

पब्लिक बार नाना देशांतल्या लोकांनी गजबजून गेला होता. हातात ग्लास घेऊन लोक घोळक्याघोळक्यानं उभे होते. बोलण्याचा, हसण्याचा आवाज एकसारखा लाटा तयार करत होता. धुराची वर्तुळं आढ्याकडे चढत होती. ग्लासांचा आणि नाण्यांचा आवाज होत होता. काउंटरच्या आत असलेल्या पोरी हसऱ्या चेहऱ्यानं ग्लास भरभरून देत होत्या. फेस भराभर उसळत होता. काउंटरवर ओली वर्तुळं उठत होती.

गर्दीतून वाट काढत मी काउंटरपाशी पोचलो, आणि गोंधळलेल्या चेहऱ्यानं उभा राहिलो. लालभडक ओठांची पोरगी पुढे झाली आणि किनऱ्या आवाजात म्हणाली, 'येस प्लीज?' त्या सगळ्या गोऱ्या लोकांच्या घोळक्यात माझा चेहरा वेगळा दिसत असला पाहिजे. कारण पोरीनं 'हा कोण पावणा?' अशा नजरेनं माझ्याकडे पाहिलं.

मी म्हणालो, ''इफ यू प्लीज, आय वुड लाइक टु ड्रिंक सम बिअर.''

पोरीनं तत्काळ विचारलं, ''स्कूनर ऑर मिडी?''

आता आली का पंचाइत! प्रश्नाचा अर्थ मला मुळीच कळला नाही. थोडा वेळ गप्प राहून मी पुन्हा म्हणालो, ''इफ यू प्लीज, आय वुड लाइक टु ड्रिंक

सम बिअर.''

बाईनं पुन्हा मोठ्यानं विचारलं, ''स्कूनर ऑर मिडी?''

यावर उगीच हसून मी इकडेतिकडे पाहिलं आणि काउंटरवर तबला वाजवला.

शेजारी एक निळ्या डोळ्यांचा आणि रापलेल्या चेहऱ्याचा ऑस्ट्रेलियन, ग्लास कुरवाळत उभा होता. त्यानं हसून एक डोळा मिचकावला. म्हणाला, ''हाऊ लाँग हॅव यू बीन इन ऑस्ट्रेलिया, मेट?''

''पंधरा दिवस झाले, पण इथं मी कालच आलोय.''

''ऑस्ट्रेलियन भाषा समजते?''

''इंग्रजी समजतं. माझ्या माहितीप्रमाणे ऑस्ट्रेलियन लोकांची भाषा इंग्रजीच आहे.''

यावर हातातली सिगारेट ओठात ठेवून, त्यानं माझा हात हातात घेऊन सलामी दिली. मी काय बहादुरी केली, हे मला कळलं नाही.

मग तो म्हणाला, ''ते मोठे ग्लास आहेत, त्यांना 'स्कूनर' म्हणतात आणि लहान आहेत, त्यांना 'मिडी.'''

मी चेहरा उजळवून म्हणालो, ''थँक्स!''

तोच चेहरा बाईकडे करून बोललो, ''इफ यू प्लीज, आय वुड लाइक टु हॅव मिडी.''

यावर पँटच्या पट्ट्याजवळ असलेल्या भोकात दोन बोटं बुडवून तो ऑस्ट्रेलियन बंधू म्हणाला, ''थांब, आय वुइल बाय यू वन.''

''छे, छे, कशाला?''

''थांब रे. डार्लिंग, दोन मिडी भर बघू!''

पोरीला 'डार्लिंग' म्हटल्याचा फणकारा आला नाही. (मी समजलो, तिचं नावच डार्लिंग असावं!)

मग त्यानं विचारलं, ''Wot's your country?''

''भारत वर्ष.''

''होय का? भारताचा कुठला भाग?''

''महाराष्ट्र –''

त्या गड्याला कानावरून हे नाव गेलं नव्हतं. ते उच्चारण्यासाठी त्यानं ओठ वेडेवाकडे हलवले.

मी विचारलं, ''पुणं माहीत आहे का?''

''नाही.''

''मुंबई?''

''ऐकल्यासारखं वाटतं.''

"मग मी तिथलाच असं समज."

"Yeah. Could be."

मग उरलेली बिअर त्यानं एका दमात घेऊन टाकली आणि ओठ चोखत म्हटलं, "मी गॅन्डी (गांधी) बद्दल ऐकलं आहे. आय रेकन ही वॉज ए माइटी मॅन."

यावर मी म्हणालो, "माय वर्ड!"

नेमक्या याच वेळी बाईंनी दोन मिडी आणून दिले. पेले वाजवून आम्ही दोघांनीही ग्लास ओठाला लावले.

"बरी आहे का?"

"झकास आहे."

"दॅट्स राइट. तुझं नाव काय?"

"माडगूळकर."

"ख्रिश्चन नेम?"

"नो. सरनेम! माझं हिंदू नाव व्यंकटेश आहे. एका हिंदू देवाचं नाव."

त्याला नाव, आडनाव काहीच उच्चारता येईना.

"वॉट दे कॉल यू?"

"व्यंका, Vyanka."

"दॅटस इझी! वेंका, आय एम टिम!"

"प्लीज टू मीट यू टिम."

मग मी काय करतो, तू काय करतोस, वगैरे बोलणं झालं. टिम कुठल्याशा फॅक्टरीत कामाला होता. मी रेडिओवाला, सिनेमावाला आहे, सांगितलं. मेलबोर्नमध्ये काहींनी सत्यजित रॉयचं नाव घेतलं होतं, म्हणून मी विचारलं, "हर्ड ऑफ सत्यजित रॉय?"

बिअरचा घुटका घेत तो म्हणाला, "नो, हू इज ही? ब्लोक फ्रॉम युवर कंट्री?"

"व्हाट इज ब्लोक प्लीज?"

"ब्लोक? ब्लोक म्हणजे ब्लोक. मी ब्लोक आहे, तू ब्लोक आहेस. आपण सगळे ब्लोकच!"

यावर मी निश्चियानं म्हणालो, "मग सत्यजित रॉय हे ब्लोक नाहीत?"

"तुला 'गाय' हा अमेरिकन शब्द माहीत आहे का?"

"हो!"

"ब्लोक हा त्यातलाच प्रकार."

"असं असं –"

आजूबाजूचे लोक भराभर प्याले संपवत होते. इतक्या घाईनं पिण्याचं काम का चाललं होतं, हे मला कळत नव्हतं. मेलबोर्नला पब सहाला बंद होत. त्यामुळे

संध्याकाळी कामावरून सुटलेले लोक पबमध्ये येऊन अर्ध्या तासात भराभर पिऊन घेत. हे काम जलद व्हावं, म्हणून बारवाल्यांनी पेट्रोल पंपाप्रमाणे प्लॅस्टिकच्या नळ्या फिरवायची सोय केली आहे. बारमध्ये, यंत्राच्या तोंडात नाणं टाकून खारे शेंगदाणेही घेता येतात. (मला वाटतं, यंत्रात नाणं टाकून नळाखाली तोंड लावल्यास बिअर मिळावी, अशी सोयही इकडे लवकरच होईल. त्यामुळे ब्रूअरींना येणारा नोकरांचा खर्च वाचेल.) मेलबोर्नमधली घाई इथं व्हायचं कारण नव्हतं, कारण सहाला बार बंद हा कायदा न्यू साऊथवेल्समध्ये लागू नव्हता.

दोघांची ग्लासं रिकामी झाली.

टिम म्हणाला, "नाऊ यू शाऊट!"

"इतक्या माणसांत ओरडायचं का?" मी गंभीरपणे म्हणालो, "ते बरं दिसणार नाही. टिम."

मी येण्याअगोदर टिमनं बरेच ग्लास घेतले असावेत. तो पापण्या पाडून गप्प राहिला आणि नंतर कावून बोलला, "आपण जेव्हा एखाद्या ब्लोकसाठी बिअर विकत घेतो, तेव्हा त्याला 'शाऊट' म्हणतात."

"हो? देन आय वुइल सर्टनली शाऊट!"

आय शाऊट, यू शाऊट हे बऱ्याच वेळा आलं. माझं पोट तुडुंब झालं. मग एक मिडी मागवून मी म्हणालो, "आता हे तूच घे. मला बास."

यावर गंभीर होऊन टिम म्हणाला, "हे बरोबर नाही वेंका. अशानं तू माझा अपमान केलास, असं होईल."

"का बरं?"

"ही ऑस्ट्रेलियन संस्कृती नाही. याचा अर्थ असा होतो की, बैठकीला बसून घ्यावं, अशा लायकीचा मी नाही!"

"Is it custom?"

"Bloody oath, it's the custom. मला देऊन तू प्यायला नाहीस, तर त्याचा अर्थ मी लायक नाही, असा होईल."

"नो, नो, यू आर ए गुड ब्लोक." मग मी हात वर करून ओट्यापलीकडे असलेल्या पोरीला म्हणालो, "डार्लिंग, टू मिडीज प्लीज!"

पोरीनं माझ्याकडे रोखून पाहिलं, पण ग्लास आणून दिले.

काही वेळानं एक चिकना तरुण आला. त्याला पाहत लोकांनी शिट्ट्या घातल्या. हात वर करून हालवले. टिम डोळा उडवून म्हणाला, "ही कोण आहे माहीत आहे का?"

"कसं काय असणार? पण ती 'ही' दिसत नाही, 'हा' दिसते."

"नो, नो मेट, तुला 'होमो' माहीत आहे का?"

"नाही बुवा."

"ती 'होमो' आहे. म्हणजे मुलगी असून मुलासारखी वागते. फार चांगली आहे. सर्वांच्यात मिसळते. तुझी ओळख करून देऊ का?"

"नो, थँक्स. टिम! मला वाटलं होतं, मनगटं हलवत हिंडणारी मंडळी, फक्त आमच्याच देशात असतील. आम्ही त्यांना 'होमो' म्हणत नाही, पुरुषाला 'हांडगा' म्हणतो, बाईला 'दांडगी.' "

टिम म्हणाला, "क्वाइट इन्टरेस्टिंग!"

दरम्यान, एक मध्यमवयाची बाई आत आली आणि आमच्या डाव्या बाजूला असलेल्या गोल टेबलावर बसली. पर्समधून बरीच सुटी नाणी काढून तिनं बिअरचा एक लहान ग्लास घेतला आणि ती समोर ठेवून ती कुठेतरी बघत बसून राहिली.

मी टिमला विचारलं, "ही बाईच आहे का?"

तो म्हणाला, "हो."

"इथं बायकासुद्धा बारमध्ये येऊन पितात का?"

"ती वर्किंग क्लासमधली बाई आहे. ट्राम-कंडक्टरचं काम करते. प्रतिष्ठित बायका बिअर गार्डनमध्ये जाऊन पितात."

"सगळे ऑस्ट्रेलियन बिअर पिणारे आहेत का?"

"नाही. काही थोडे सोवळेही आहेत."

"इथं आहेत, ते सगळे ऑस्ट्रेलियन आहेत का?"

"नॉट ऑल ऑफ देम. तुला माहीत आहे का, ऑस्ट्रेलियात तीन प्रकार आहेत. ओल्ड ऑस्ट्रेलियन, ऑर्डिनरी ऑस्ट्रेलियन आणि न्यू ऑस्ट्रेलियन."

"ओल्ड ऑस्ट्रेलियन म्हणजे इथले काही मूळ रहिवाशी?"

"दॅट्स राइट. ऑर्डिनरी म्हणजे इंग्रज वसाहतवाले आणि न्यू म्हणजे इटालियन, फ्रेंच, अमेरिकन!"

"हू आर यू, टिम?"

"स्कॉच."

मग त्यानं तंबाखूची डबी आणि कागद पुढे करून म्हटलं, "सिगरेट वळ!"

"मला जमणार नाही. तूच माझी घे, कशाला वळत बसतोस?"

"अंहं, मी टेलरमेड ओढत नाही."

"इथं दर्जी लोक सिगारेटही तयार करतात का?"

"नो मेट, टेलरमेड मीन्स रेडीमेड."

"अस्सं, अस्सं."

मग टिमनं चिरमुरा कागद काढून त्याचा एक कोपरा खालच्या ओठाला डकवला. तंबाखू घेऊन ती उजव्या तळहाताच्या मस्तकरेषेवर नीट अंथरली. कागद

घेऊन तिच्यावर पालथा टाकला. दोन्ही हातांनी कागदाची बैजवार वळकटी केली. जिभेच्या टोकानं कागद डकवला आणि ती हँडमेड सिगारेट शिलगावून तो म्हणाला, "तुला ऑस्ट्रेलियन स्लँग माहिती व्हायला इथं बरेच दिवस राहावं लागेल."

"राहता येणार नाही. माझा पासपोर्ट फक्त तीन महिन्यांचा आहे."

"व्हाय ब्लडी थ्री मंथ्स?"

मी जोरात म्हटलं, "दॅट्स द पिरिअड ऑफ ब्लडी कोर्स इन् ब्लडी रुरल ब्रॉडकास्टिंग!"

यावर टिम खोऽ खोऽ हसला. म्हणाला, "यू आर लर्निंग अवर लिंगो मेट."

मी म्हणालो, "येस, आय एम प्रिटी स्मार्ट ब्लोक. एम आय नॉट?"

"माय वर्ड!"

पबमधली गर्दी आता बरीच ओसरली होती. नवी गिऱ्हाइकं येत होती. आधीची माणसं ताठरल्या डोळ्यांनी, नाकं गोंजारत, अर्धेमुर्धे ग्लास ठेवून, कोपऱ्यातील टेबलाभोवती बसली होती. आमच्या शेजारचा एक बोंबिलासारखा दिसणारा माणूस भरलेला ग्लास तसाच ठेवून जाऊ लागला, तेव्हा त्याचा मेट म्हणाला, "अरे, घेऊन जा."

बहुतेक, आय शाऊट, यू शाऊटमध्ये त्यानं सुक्याला दिलेला हात असावा. तेव्हा तो सुक्या हात मागं फेकून म्हणाला, "आय एम सिक ऑफ इट!"

– आणि रस्त्याची लांबीरुंदी मोजत तो बाहेर पडला. आता अगदी थोडीच माणसं राहिली होती.

बराच वेळ झाला असावा.

मग टिम मला म्हणाला, "Well, gotta going."

यावर मी जोरात म्हणालो, "नो, नो, आय रेकन, आय वुड नॉक ओव्हर ए स्कूनर."

यावर आवराआवर करणारी, ओटाभर पसरलेल्या कांगारू छाप पेनी गोळा करणारी डार्लिंग मोठ्यानं हसली आणि किनऱ्या चढ्या आवाजात ओरडली, "यू कॅन्ट, वुई आर क्लोजिंग नॅवऊ. गुड नाईट !"

■

| सहा |

संध्याकाळचे सात वाजले आहेत. किंग्जक्रॉसच्या कोपऱ्यावरच्या पब्लिक बारमध्ये कोपऱ्यातलं टेबल बघून आम्ही तिघं बसलो आहोत. काउंटरशी गोंधळ चालला आहे. दिवसभर काम केलेले लोक बिअर, रम आणि कोकाकोलाचे ग्लास समोर ठेवून उभ्या-उभ्या बोलत आहेत. हसत आहेत, शिळ्या बिअरचा आंबूस वास आणि हातावर वळलेल्या सिगारेटचा धूर यानं तो लहानसा बार भरून गेला आहे.

ओंग चांकोच्या पिवळ्या गोऱ्या चेहऱ्यावर लाली चढली आहे. वरचेवर तो गाल चाचपून बघतो आहे. माझी खात्री आहे की, त्याचे गाल आता थोडे बधीर झाले आहेत. मी उजव्या हातांची पाचही बोटं हलवून पाहतो. त्याच्यावर पोटात गेलेल्या बिअरचे माप घेता येतं.

आम्हा दोघांना आज तिसरा दोस्त मिळाला आहे. ज्यो (का ज्योसे?) मनिलाचा आहे. पत्रकाराच्या व्यवसायाचं विशेष शिक्षण घेण्यासाठी तो गेले वर्षभर ऑस्ट्रेलियात आहे. नेपाळी माणसासारखा वाटतो. एखाद्या पोरासारखा दिसतो, पण ज्योसेचं वय बेचाळीस आहे. हसताना त्याचे डोळे मुळीच दिसत नाहीत. या परक्या देशात वर्षभर राहिल्यामुळे त्याला आता आपल्या घराची फार आठवण येते.

मनापासून नाना विषयांवर बोलून आता आम्ही तिघंही गप्प बसलो आहोत. ओंग चांको सिगारेटचा झुरका घेऊन झाल्यावर उगीचच चेहरा वेडावाकडा करतो आहे. स्नायू बधिरल्याची जाणीव त्याला पुन्हा पुन्हा द्यावीशी वाटत असावी.

एकएकी ज्योसेचे डोळे चमकतात. ताठ बसलेला, मांजरासारखा खाली दबून ओंगला काहीतरी विचारतो.

रात्री पिंगळा बोलल्यासारखा त्याचा आवाजच फक्त मला कळतो. दोन्ही हातांचे पंजे टेबलावर धप्पदिशी मारून ओंग त्याला तगालू भाषेमध्ये उत्तर देतो, आणि खुर्चीच्या पाठीवर रेलून उघड्या तोंडानं हसतो. ओंगचे

दात फार वाईट झालेले आहेत. त्यांच्यावर भरलेली चांदी चमकते.

तो गंभीरपणानं म्हणतो, "मित्रांनो, तगालू न समजणारा एक हिंदू पोरगा आपल्या शेजारी आहे, ही गोष्ट तुम्ही विसरलात का? तुम्ही खाजगी बोलत असाल, तर गोष्ट वेगळी."

"ओ नो!" ओव्हरकोटच्या खिशातले दोन्ही हात गडबडीनं बाहेर काढून ज्योसे इंग्रजीत म्हणतो, "आय एम टेरीबली सॉरी माड! आपण तिघं असल्यावर जे काही बोलायचं, ते इंग्रजीतच बोललं पाहिजे, हा साधा शिष्टाचार आहे!"

"देअर यू आर!"

मग ज्योसे माझ्यापुढे वाकून हसत विचारतो, "इथं आल्यापासून तू काही मर्दुमकीचं काम केलं आहेस का?"

"मला काही कळलं नाही! काय?"

ओंग पुन्हा तोंड उघडं टाकून खिदळतो, खांदे उंचावतो, दोन्ही हातांची बोटं एकमेकांत गुंतवून छातीशी घेतो. असं करताना कोंबड्यासारखी त्याची मान बाहेर निघते. मग त्याला मर्दुमकीचा अर्थ कळतो.

ओंग म्हणतो, "खऱ्यानं सांग ज्योसे, तुला काही अनुभव आहे का? आम्ही आपलं नुसतंच बिअर पितो, मासे खातो. रस्त्यानं भटकतो, आणि मग हॉटेलवर येऊन झोपून जातो –"

ज्योसे अंगावर शहारे आल्यासारखं करून म्हणतो, "ओ मॉय गॉड, आय हॅड इट वन्स, थू ऽ थू ऽ हॉरीबल!"

"का, का?"

सारखी मान हलवून ज्योसे पुन्हा पुन्हा म्हणतो, "आय ओन्ट डू इट अगेन, पुन्हा कध्धी ऽ कध्धी ऽ नाही!"

माझे कान उभे राहतात. ज्योसे आता काही विलक्षण अनुभव सांगणार. मी आग्रहानं म्हणतो, "टेल अस मॅन. आम्हास ऐकू दे तरी!"

"छे, छे! तो काही चांगला अनुभव नाही रे बाबा, भयंकर आहे ते."

ओंग भलताच शूर झाला आहे. तो म्हणतो, "पण आपण पुरुष आहोत, आणि ही पुरुषांची गरज आहे. वुई आर अवे फ्रॉम होम, मॅन!"

"स्पीक औट ज्योसे, काय अनुभव होता तुझा?"

ज्योसे आजूबाजूला बघतो आणि एकदम उठून खुर्ची बाजूला करत म्हणतो, "चला, बाहेर पडू या. वाटेवर सांगतो."

आम्ही रस्त्यावर येतो. फुटपाथवरून चालू लागतो. दुकानं बंद आहेत. पण काचेच्या आतले मांड प्रकाशित आहेत. थंडी बेताची आहे.

ज्योसे खाजगी आवाजात उच्चारतो, "पामर स्ट्रीटला कधी गेलाय तुम्ही?"

आम्ही दोघेही ज्योसेला मध्ये घेतो. त्याला घसटून चालतो.

"नाही. का?"

"तिथं अनेक जागा आहेत तसल्या."

"बरं?"

"बाहेरून काही कळणार नाही. 'मनीलेंडर' अशी पाटी आहे, तिथं जायचं."

"अस्सं?"

"पण भयंकर बुवा! थूऽ थूऽ! तळघरातल्या त्या खोलीला डेटॉलचा आणि कसल्या कसल्या जंतुनाशक औषधांचा इतका विलक्षण वास येतो की, आपण गुरांच्या दवाखान्यात आलोत, असं वाटतं! सगळ्या गोष्टी यांत्रिक, बिझिनेस लाइफ!"

ओंगला ज्योसेचं हे अनुभव-कथन आवडत नाही. त्याला काही चांगलं ऐकायचं आहे. तो काहीतरी बाजूला सारावं, तसं हातवारे करून म्हणतो, "मे बी, पण कंपनी तरी चांगली असेल?"

ज्योसेच्या अंगावर पुन्हा शहारे येतात.

"छे, रे! अगदी गुरांचा दवाखाना. आपण जखम घेऊन जायचं, भोवती सगळी जखमी गुरंच! थंड डोळ्यांनी बघणारी. करेल ते करून घेणारी. आय एम सिक ऑफ इट! आय ओन्ट डू इट अगेन!"

आणि माझ्याकडे वळून तो म्हणतो, "मी काय म्हणतो, ते तुला कळेल... लेखक आहेस!"

मग काही काळ आम्ही गप्प चालत राहतो. मला अजूनही सिडनी शहरातील रस्ते सुधरत नाहीत. ओंग आपल्याशीच पुटपुटल्यासारखा म्हणतो, "दोन चौक टाकून डाव्या हाताला गेलं की, पामर स्ट्रीट आहे."

मला एकाएकी धास्ती वाटते. पण ती वाटली आहे, हे सांगायची का दाखवायचीही लाज वाटते. विषय बदलावा म्हणून मी म्हणतो, "ज्योसे, मला एकवार नाइट क्लब बघायचा आहे. आमच्या देशात हा प्रकार नाही."

ज्योसे थक्क होऊन थांबतो.

"काय सांगतोस! किंग्जक्रॉसवर गेले पंधरा दिवस राहून तू नाइट क्लब बघितला नाहीस? अरे आपल्या हॉटेलच्या अलीकडे पलीकडेच तीन-चार नाइट क्लब्स आहेत."

"हो. मी बाहेरून पाहिले. आत नाही गेलो!"

"मग आज जाऊ या का? तिकडे इलिझाबेथ स्ट्रीटवर एक झकास ठिकाण आहे, पिगॉल! सगळ्या सिडनी शहरात प्रसिद्ध आहे हे ठिकाण. चौदा सुंदर-सुंदर मुली आहेत, चौदा!" चांगला विषय सोडून आम्ही तिसरंच बोलू लागलो, म्हणून

ओंग अगदी चिडला होता.

"अरे, पण नाइट क्लबमध्ये तिघांनी काय जायचं? तूही म्हणतो आहेस ज्योसे! मॉड, तुला माहीत आहे का, नाइट क्लबमध्ये जाताना बरोबर पोरगी लागते. एकटं कोणी जात नाही तिथं."

मी अजागळासारखं म्हणून जातो –

"चुकलं. आपण मिस सोंबतला विचारायला हवं होतं." ज्योसेला फार हसू येतं. खूऽ खूऽ हसून तो विचारतो, "ती पेपरवेटएवढ्या जाड भिंगाचा चष्मा लावणारी सयामी बया! म्हणतोस काय? देवा, देवा! ती भलतीच सोवळी आहे. परवा पार्टीत चक्क लेमोनेड घेतलं तिनं. ह्या परदेशात आपल्या अब्रूवर घाला येईल, म्हणून चोवीस तास ती हुशार असते अगदी. तुम्ही लेको, अगदी अभागी आहात. नऊ जणात दोन बाया, त्याही सयामी! त्यात एक चाळीस वर्षांची काकू आणि दुसरी ही सोंबत भीपूरम!"

ज्योसे असं म्हणाला खरं, पण मला आपलं दिसलं की, समचित्त बाईंनी भेट दिलेला सयामी सिल्कचा फाकडा टाय लावून, मी सोंबतच्या खोलीवर टिक-टिक करतो.

"कोण आहे?"

"माड. तयार?"

"हो. वन मिनिट."

आणि पिवळ्या सयामी सिल्कचा आखूड स्कर्ट घालून लुटुलुटु ती बाहेर येते. हातात हात घालून आम्ही नाइट क्लबकडे जातो. अंधाऱ्या कोपऱ्यात बसतो. पण पुढे कल्पना एकदम लुळी पडली. मिस सोंबत अशी चमत्कारिक की, ती एकदम उठून म्हणाली, "चल, जाऊ या! ह्या घाणेरड्या जागी यायचं असं सांगितलं असतंस, तर मी आलेच नसते!"

मी आपल्याशीच हसतो.

दरम्यान, नीट रस्ता सोडून आम्ही पामर स्ट्रीटकडे केव्हा वळलो, हे लक्षात आलेलं नाही. रस्ता जवळजवळ मोकळा आहे. गाड्या नाही. माणसं नाहीत. आम्ही फुटपाथवरून चालत राहतो.

ज्योसे हलकेच विचारतो, "तुम्हाला जागा बघायची आहे का?"

ओंग म्हणतो, "लेट अस सी! बघायला काय हरकत आहे?" माझ्या छातीत सन्न होतं.

थोडा वेळ चालल्यावर दिव्याच्या खांबाशी आम्ही उभं राहतो.

रस्त्यापलीकडे असलेल्या एका इमारतीकडे तोंड करून ज्योसे म्हणतो, "हीच ती जागा."

रस्ता बराच रुंद आहे. पलीकडे पांढऱ्या रंगाची दुमजली इमारत दिसते. तिच्यावर काळ्या अक्षरात 'मनी लेंडर' असं लिहिलं आहे. खालचं दार बंद आहे. दोन-तीन पोरं तिथे हाताच्या घड्या घालून, भिंतीला टेकून उभी आहेत.

ज्योसे म्हणतो, "ही बहुतेक इटालियन पोरं असावीत. ती वाट बघत आहेत."

हे दार जरा वेळानं उघडलं जाईल. आतली पोरं बाहेर पडतील आणि वाट बघणारी आत जातील. खाली तळघर आहे.

एकाएकी काही विचार करून ओंग म्हणतो, "हँग ऑन, आय एम कमिंग–"

आणि तो तरातरा रस्ता ओलांडून पार पलीकडे जातो. मी आणि ज्योसे एकमेकांच्या तोंडाकडे बघतो आणि हा माणूस आता काय करणार, म्हणून काळजीत पडतो.

ओंग रस्ता ओलांडून त्या घरापाशी गेला आहे. उभ्या असलेल्या पोरांपैकी एका पोराशी काही बोलतो आहे. आम्हाला काही ऐकू येत नाही. साहजिकच आहे. मोठ्यानं काय बोलणार? नर्व्हस होऊन मी सिगारेटची पेटी काढतो. मी ज्योसेला देऊ केलेली सिगारेट ज्योसे घेत नाही. मागे असलेल्या बाकावर जाऊन मी एकटाच सिगारेट ओढत बसतो.

रत्यापलीकडे ओंगचं बोलणं चालू आहे. आणखी ती दुसरी पोरं भिंतीला टेकून वाट बघत उभी आहेत.

इतका वेळ ओंग काय बोलतो आहे? मला एकाएकी अगदी कंटाळा येतो. एकटंच निघून हॉटेलवर जावं वाटतं. ज्योसे माझ्याकडे येतो आणि चिडक्या आवाजात म्हणतो, "आयला, हा साला काय करतोय इतका वेळ तिथं?" आणि मग तो स्वत:शीच पुटपुटतो, "आत जायचं आहे काय त्याला कुणास ठाऊक!"

पण माझ्यासारखा ज्योसे बसत नाही. फुटपाथच्या कडेशी जाऊन ओंगकडे बघत उभा राहतो.

जरा वेळानं ते बंद दार उघडतं. इकडून आम्हाला आत मंद प्रकाश दिसतो. एक काळा सूट घातलेला माणूस खांदे पाडून बाहेर येतो आणि इकडे-तिकडे न बघता वरच्या दिशेनं चालू लागतो. भिंतीवरून मुंगळा जावा, तसं त्याचं जाणं वाटतं. आणखी दोन माणसं बाहेर पडतात आणि तशीच मुंगळ्यासारखी इकडे-तिकडे जातात. थांबून राहिलेली ती पोरं जागची हालतात. एक हातातली पेटती सिगारेट रस्त्यावर टाकतो. ती खाली पडताच लाल ठिणग्या दिसतात. सगळी पोरं आत जाताच दार बंद होतं. ओंग बाहेरच आहे. हातात हात कोंबून तो परत आमच्याकडे येतो.

"कम ऑन, लेट अस गो –!"

"कुठं?"

"नाइट क्लब."

आणि तो चालायला लागतो. आम्हीही भराभर चालायला लागतो.

मी म्हणतो, "मला वाटलं, तू आत जाणार!"

"सगळं सोडलं, तरी स्वच्छतेची चाड मला आहे." असं म्हणून ओंग हा आपलं फिलिपिनो हसू हसतो.

"मी त्या पोरांशी बोलून आलो." तो म्हणाला. "सगळी फसवाफसवी आहे. चार पौंड घेतात आणि त्या मानानं पदरात काहीच पडत नाही."

"बस? मग एवढंच विचारलंस इतका वेळ?"

"हो, मग आम्ही थोडा वेळ जनरल गप्पा मारल्या. चांगला पोऱ्या होता." ज्योसे रागावून म्हणतो.

"शहाणा आहेस!"

मी सुटकेचा निःश्वास सोडतो.

आम्ही चालत राहतो. एक टॅक्सी समोरून येते. ज्योसे आखूड शीळ घालून तिला बोटानं खुणावतो. टॅक्सी जवळ येते. ज्योसे म्हणतो, "कम ऑन बॉईज, हॉप इन."

गुळगुळीत रस्त्यावरून वेलांट्या, वळसं घेऊन गाडी इलिझाबेथ स्ट्रीटवर येते. निऑन साइन चमकते.

"पिगॉल –"

प्रत्येक एक पौंडाची तिकिटं घेऊन आम्ही आत जातो.

आत थंड अंधार आहे. तांबूस रंगाच्या मंद प्रकाशानं खालची जमीन तेवढी उजळलेली आहे. ठिकठिकाणी तरुण-तरुणी टेबलाभोवती बसली आहेत. सगळं अंधूक, अस्पष्ट दिसतं. पायाला खालच्या गालिच्यांचा मऊपणा जाणवतो आणि वेगळ्याच जगात आल्यासारखं वाटतं. सेंटचा सुगंध बऱ्याच जागी भेटतो. स्टेजजवळच्या आमच्या टेबलापाशी आम्ही पोचतो.

मी ज्योसेला विचारतो, "आपण इथं जेवलंच पाहिजे, असं नाही ना?"

"नाही, पण ड्रिंक्स घेतली पाहिजेत. तीच बाहेरच्यापेक्षा दुप्पट महाग असतात इथं."

माझ्यापाशी आता अगदी थोडे पैसे उरलेले आहेत. या परक्या देशात पैशाशिवाय दिवस काढावे लागतील, याची मी धास्ती घेतली आहे. आय एम ब्रोक! चिनी पद्धतीचा फ्रॉक घातलेली एक पोरगी आमच्या टेबलापाशी येते आणि वाकून विचारते, "काय आणू आपल्याला?"

तिचा फ्रॉक दोन्ही बाजूला शर्टाप्रमाणे छाट मारलेला आहे. त्यामुळे पार वरपर्यंत उघड्या मांड्या दिसतात.

आम्ही पुन्हा बिअरच मागवतो.

समोरचा मखमली पडदा वर होतो कधी आणि ज्याच्याविषयी फार ऐकलं आहे, तो शो सुरू होतो कधी, असं मला झालं आहे.

ओंग मला हळूच सांगतो, ''बघ आपल्यासारखी नुसती पोरं दिसतात?''

अंधार इतका आहे की, सर्वांची तोंडं दिसतच नाही. जेवढं स्वच्छ दिसतं आहे, तेवढ्यात तरी सगळी जोडपीच आहेत.

मग तिडिमऽ दिमऽ तिडिमऽ असं संगीत सुरू होतं आणि पडदा वर जातो. मागल्या पडद्यावर सिनेमाच सुरू होतो. किंग्जक्रॉस भागाचा रंगीत देखावा दिसू लागतो. कुठलं तरी स्टेज दिसतं. एक काळी पोरगी गुलाबी रंगाचा आखूड फ्रॉक घालून तंगड्या नाचवू लागते. मोठमोठे काळे केस, काळा रंग, प्रमाणबद्ध शरीर...

तिडिमऽ दिमऽ....

बघता-बघता चित्रातून काळी पोरगी एका बाजूला गेली आणि त्याच क्षणाला जांभळा पोशाख करून दुसऱ्या बाजूनं....

– तिडिम, तिडिम!

हे पडद्यावरचं चित्र नव्हे! खरीच काळी पोरगी. सिनेमातली, जिवंत झालेली! वा! ही बरी आहे ट्रीक. संगीत वाढलं. पोरगी नाचू लागली. तिच्यामागं कापडाचा तुरा आहे. कोंबड्याच्या शेपटीप्रमाणे तो हालतो आहे....

ती मुलगी गेली. दुसरी आली आहे. ती गोरीपान बाई टंच भरलेली आहे. अंगावर भरपूर कपडे आहेत. संगीताच्या साथीबरोबर नाचता-नाचता ती काळे हातोपो काढून टाकते, गोरी गोरी बोटं हलतात. मग ती फ्रॉक काढते. आत आखूड पोशाख आहे. बरंच अंग उघडं आहे. घाटदार शरीर बरंच दिसत आहे. मग तो आखूड पोशाखही ती काढून टाकते. आता उराशी नुसती काचोळी आणि कमरेला लांगीसारखी चड्डी. सुवर्णाची तार हलत राहावी, थरथरावी, वाकावी, तशी ती नाचते आहे. संगीत भलतंच उन्मादक....

मग ती काचोळीही काढते! तिच्या उघड्या गोल छातीवर आता फक्त दोन चांदण्या आहेत आणि चड्डीही निघते! त्या जागीही फक्त कापडी चांदणी आहे.

कांतीयुक्त स्त्री-शरीराची सगळी वळणं, सगळी गोलाई, सगळी नितळाई, सगळ्या रंगच्छटा आता प्रेक्षकांना दिसत आहेत....

''माय गॉड! धिस इज टू हॉट!'' ओंग पुटपुटतो.

नाचाचा अर्थ आता उघडउघड कळू लागला आहे.

माझी कानशिलं उष्ण झाली आहेत. लाट उंच-उंच चढते आणि एकदम संगीत संपतं. दिवे जातात. काही क्षण हवा तो काळोख होतो....

श्वास. कपड्यांची सळसळ आणि ओठांचे आवाज ऐकू येतात....

बराच वेळ अंधार राहतो आणि मग हळूच थोडा-थोडा प्रकाश येतो. आजूबाजूचं अंधूक दिसू लागतं... सगळी जोडपी एकमेकांना बिलगली आहेत. कमरेभोवती हात आहे. माझ्या पलीकडचा तरुण आपल्या प्रेयसीच्या कानावरचे केस कुरवाळतो आहे, गोंजारतो आहे.

चिनी फ्रॉक घातलेल्या पोरी, मद्याच्या बाटल्या आणि पेले ठेवलेले ट्रे घेऊन प्रेक्षकांतून हिंडत आहेत.

जराशानं पुन्हा पडदा वर जातो. पुन्हा नवीन पोरगी येते. वेगळ्या घाटाची, वेगळ्या छटेची. पुन्हा नाच, पुन्हा संगीत. पहिल्यापेक्षा जास्त उत्तान – पुन्हा एकामागून एक कपडे निघतात. मक्याचं कणीस सोललं जातं.

लाट उंच उंच जाते आणि पाहिजे त्या वेळेला अंधार होतो... उष्ण श्वास ऐकू येतात....

असे झपाटे लागोपाठ आठ वेळा बसतात.

शेवटी पहिल्यापासून दिसलेल्या सगळ्या मुली एकत्र येतात. नाचतात, उघड्या होतात आणि वासनांचा दर्या उसळतो...! माझी होडी उलटीपालटी होऊ लागते. नाकातोंडात पाणी जातं....

शेवटचा अंधार बराच वेळ टिकतो. मी आपसूक म्हणून जातो –

"माय गॉड हॉरिबल! आय वुड नॉट डू इट अगेन! आय वुड नॉट डू इट अगेन!"

माझं बोलणं ज्योसेच्या आणि ओंगच्या कानावर पडलंच नाही. आम्ही तिघंही काही न बोलता थिएटरबाहेर पडतो. थोडा वेळ चालत राहतो. टॅक्सी करतो....

टॅक्सी वेगानं जात असताना आमच्या दोघांच्या मध्ये अंग चोरून बसलेला ओंग मोठ्यानं म्हणतो, "ओ! इट वॉज टू हॉट!"

टॅक्सी ड्रायव्हर मागं न वळता विचारतो, "व्हेअर हॅड यू बीन बॉईज!"

त्याचा आवाज म्हातारा असून खणखणीत आहे.

ज्योसे म्हणतो, "नाइट क्लब. पिगॉल."

"वेल, मजा आली का?"

"हो, मनिलापेक्षा इथला नाइट क्लब वेगळा आहे."

"एस, बट इट गिव्हज यू बॅड आयडियाज."

रात्रीच्या मोकळ्या रस्त्यावरून टॅक्सी धावते....

दिवे उलटे पळतात.

दिवसभर विलक्षण श्रम केल्याप्रमाणे आम्ही थकून गेलो आहोत! –

मी आपल्याशी म्हणतो आहे, "हॉरिबल! आय वुड नॉट डू इट अगेन!"

■

। सात ।

सिडनीतलं माझं हॉटेल किंग्जक्रॉस ह्या रंगेल भागातल्या अगदी हमरस्त्यावर होतं. हॉटेलपासून क्रॉसच्या कोपऱ्यापर्यंत चार-पाच नाइट क्लब्स होते. एक सिनेमा थिएटर होतं. समोरच 'सब कुछ मिलेगा', दुकान होतं. छोटी कॅफेज, फळाफुलांची दुकानं, स्त्रियांच्या प्रसाधनांची दुकानं, सराफी दुकानं अशी अनेक दुकानं दोन्ही बाजूंनी होती. ही सगळी दुकानं सारखी गजबजलेली असायची.

माझी खोली, रस्त्याच्या बाजूला पहिल्याच मजल्यावर होती. खिडकीतून खाली पाहिलं की, अगदी समोर तीन दुकानं दिसायची. एक फळांचं, टास्मानियातील तांबड्या-लाल सफरचंदांनी, क्वीन्सलँडमधल्या पिवळ्याधमक केळ्यांनी, हिरव्या शेंडीच्या शेंदरी अननसांनी, गोल गरगरीत पोपोंनी भरलेलं हे दुकान तितक्याच रंगीबेरंगी गिऱ्हाइकांनी सारखं गजबजलेलं असे. या दुकानाला लागूनच फुलांचं दुकान होतं. स्वच्छ ताज्या फुलांनी सजवलेलं हे दुकानही पोरीबाळींनी सदा गजबजलेलं असे. फुलांच्या ताटव्याभोवती फुलपाखरं फिरावीत, तशा बायका या दुकानाभोवती दिसत. थिएटरमध्ये बसून रंगीत फिल्म पाहावी, तसा माझ्या खोलीत बसून हा देखावा मी पाहत असे.

अगदीच करमेनासं झालं, तर हॉटेलखाली उतरून क्रॉसच्या कोपऱ्यापर्यंत रेंगाळत जाऊन यावं. अर्धा तास भुर्रकन जाई. नाना तऱ्हेची माणसं दिसत. विजारीच्या खिशात हात कोंबून आणि पायांची तिडी घालून एखादा लांबोडक्या नाकाचा माणूस खांबाला रेलून फुटपाथवर उभा असे. दाढीच्या खुंटांनी हनुवटी माखलेली, ओठात लोंबकळणारी सिगारेट, पुढे ओढलेली टोपी....

काम काही नाही, येणाऱ्या-जाणाऱ्या बायांकडे पाहायचं, अंगावर ऊन घ्यायचं. जाणाऱ्या-येणाऱ्या लोकांनी वाचून, खांबाला अडकवलेल्या डबक्यात टाकून दिलेलं ताजं वर्तमानपत्र काढून घेऊन वाचायचा आणि पुन्हा घडी घालून कचऱ्याच्या डब्यात टाकायचं. सिगारेट

वळायची. येणाऱ्या-जाणाऱ्याला "Owayergoin mate, orright?" असं विचारायचं.

क्रॉसच्या कोपऱ्यावर असा एक गडी ठराविक ठिकाणी उभा राहिलेला, मी नेहमी बघत असे.

एकदा समोरून एक उभ्या छातीची बाई ठुमकत-ठुमकत गेली. तेव्हा ओठांची रेघ लांब करून हा मला म्हणाला, "Not bad. eh?"

त्याचं हे बोलणं बाईंनी नक्कीच ऐकलं. पण मागं वळून न पाहता ती थेट पुढे गेली.

मी काय बोलावं, हे न सुचून फक्त ओठांची हालचाल केली.

तो म्हणाला, "Enjoying yourself?"

"Yes."

"That's the idea! "

मग मी पुढे सरकलो. तो मला कोण आणि काय समजला, ख्रिस्त जाणे!

दिवसाउजेडी क्रॉसचा हा नटवा भाग नाना आकारांच्या, नाना रंगांच्या गाड्यांनी आणि नाना देशातल्या नाना पोशाख केलेल्या लोकांनी सारखा वाहत असे. इटालियन, हंगेरियन, स्कँडिनेव्हियन, जर्मन, अमेरिकन – नाना देशातले लोक दिसत. अनेक भाषा ऐकू येत.

क्रॉसचा हा भाग रात्री हिरव्या, पिवळ्या निऑन साइन्सनी झळाळून उठे. इतर भागातील दुकानं ऑस्ट्रेलियातील वहिवाटीनुसार साडेपाचला बंद होत; पण क्रॉसमधली दुकानं रात्री उशिरापर्यंत उघडी राहत. एकदा रात्री साडेअकराच्या सुमाराला माझी पेनची शाई संपली. रस्त्यावर मिळते का, म्हणून मी सगळीकडे हिंडलो; पण उघडी दुकानं होती ती तंबाखूची, फळांची, कॉफीची आणि सोव्हिनियर्सची. त्यांच्याकडे कुणाकडे शाई नव्हती. शेवटी भेटवस्तू विकणाऱ्या एका ग्रीक दुकानाकडे गेलो.

गांधींच्या देशातल्या या माणसाला शाई दिलीच पाहिजे, असं त्याला वाटलं.

तो म्हणाला, "मी शाई विकत नाही, पण तुमची आताची गरज भागवण्यासाठी माझ्या दौतीतून तुमचं पेन भरून देतो."

सगळ्या दुकानात तो एकटाच माणूस होता. कोणाला बाहुल्या, कांगारू, बुमरँग असल्या वस्तू विकणारं हे दुकान कायदा मोडून इतका वेळ उघडं कसं, म्हणून मी विचारल्यावर डोळे मिचकावून तो ग्रीक म्हणाला, "ऑस्ट्रेलियातील वसाहतीसाठी आलेले गोरे लोक गुन्हेगार होते. सिडनी ही अगदी पहिली वसाहत. तू ऑस्ट्रेलियाचा इतिहास वाचला नाहीस का?"

रात्री-अपरात्री क्रॉसमधील बरीच दुकानं उघडी दिसत आणि रस्त्यावरून तरणीबांड इटालियन, हंगेरियन पोरं सावजं हुडकत हिंडत असत. ही सावजंसुद्धा शिकाऱ्यावर डोळे ठेवून फुटपाथवर रेंगाळत असत. आकर्षक केशरचना, तोंडाला केलेली जादा

रंगरंगोटी आणि छचोर पोशाख यामुळे सावज ओळखू येतं. रात्री उशिरा असं रस्त्यावर आलं की, असली काही ना काही भानगड नजरेस येई.

क्रॉसच्या कोपऱ्यावरचं सिनेमा थिएटरही विशेष होतं. इतर भागातील चित्रपटांपेक्षा वेगळे चित्रपट इथं लागत. 'लेडी किलर' नावाचा एक चित्रपट मी इथं पाहिला होता. एक तरणाबांड पोरगा बरीच बिऱ्हाडं असलेल्या एका वाड्यात भाडेकरू म्हणून येतो आणि वाड्यातल्या चार-पाच पोरी, दोन-तीन नवऱ्यांच्या बायका यांना बोलबोल म्हणता कसं कब्जात घेतो आणि कटवतो – हा सगळ्या चित्रपटाचा विषय होता. आपण चित्रपटात जे असू नये म्हणतो, ते सगळं यात दाखवलेलं होतं. अर्धनग्न काय, नग्न स्त्रियासुद्धा दाखवलेल्या होत्या. (पण पाठमोऱ्याच.) आपल्या देशात हा चित्रपट आला असता, तर सेन्सॉरनं तो बागकामाच्या कात्रीनं छाटला असता; पण ऑस्ट्रेलियातल्या सेन्सॉरनं तो पास केला होता आणि चांगल्या घरवाल्या स्त्री-पुरुषांनी थिएटर गच्च भरलं होतं. फक्त मुलांना बंदी होती.

असा हा क्रॉसचा नटवा भाग. पण रविवारी अगदी थंड होई. परक्या माणसाला ऑस्ट्रेलियातला रविवार म्हणजे फार कंटाळवाणा दिवस. सगळं शहर उठून गावाबाहेर जाई. दुकानं, हॉटेल, थिएटरं सगळं रविवारी बंद. रत्यावर रहदारी नसतेच. माणसं, गाड्या, काही नाही. संपूर्ण हरताळ पाळला आहे, असं वाटे. जीव कावून जाई. उठून बाहेर पडलं, तरी आपण एकटंच खुळ्यासारखं रस्त्यानं चाललो आहोत, असं वाटे. रविवार आला की, संकट आल्यासारखं होई. सिडनीला हे फार जाणवलं. मेलबोर्नला परिस्थिती थोडी वेगळी होती.

तिथे रविवार जवळ आला की, परराष्ट्र खात्याच्या कचेरीकडून पत्र येई. रविवारी तुम्ही रोटरी क्लबचे पाहुणे आहात, अमुकतमुक गृहस्थ सकाळी अमुक वाजता गाडी घेऊन तुमच्याकडे येतील, असा मजकूर असे. ठराविक वेळी हे गृहस्थ आपल्या बायकामुलांसह येत आणि घेऊन जात, खाऊपिऊ घालत. मोटारीतून शे-दोनशे मैल हिंडवत. हे तळं बघ, ते झू बघ, समुद्र बघ असं करत संध्याकाळपर्यंत भटकणं होई. संध्याकाळी पाहुण्याला घरी जेवू घालून रात्री हॉटेलवर पोचवलं जाई. कुटुंबातली सगळी मंडळी पाहुण्याला कुठं ठेवू न् कुठं नको असं करत. एका दिवसात चांगला स्नेह जोडला जाई. अशी 'Arranged Hospitality' सिडनीला मिळाली नाही.

सरकारी गाड्यांतून फिरायला मिळतं, पण नुसतं फिरून-फिरून भोवंड येई. बरोबरीच्या विद्यार्थ्यांपेक्षा वेगळी कंपनी नसे. मग असं हिंडण्यापेक्षा हॉटेलात राहावं, झोपावं, वाचावं, लिहावं, कपडे धुवावेत असं वाटे; पण एकूण रविवार हा फार कंटाळवाणा, उदास जाई.

एका रविवारी मला फार कंटाळा आला. सगळी हॉटेलं गप्प होती. बरोबरीचे

विद्यार्थी कुठं-कुठं गेले होते. फिलिपिनो ओंग मात्र आपल्या खोलीचं दार लावून काही टाइप करत बसला होता.

मी त्याच्या खोलीत जाऊन म्हणालो, "ए तगालू, आपण बाहेर जाऊ या, भटकू या?"

'तगालू' हे ओंगच्या भाषेचं नाव होतं. मी त्याला तगालू म्हणत असे आणि तो मला मऱ्हाटी.

बाहेर पडण्याची कल्पना त्यालाही पसंत पडली. कपडे घालून आम्ही दोघंही बाहेर पडलो. मोकळ्या रस्त्यानं पाय दुखेपर्यंत हिंडलो. मलायातल्या अबूबकरनं 'ताजमहाल' नावाच्या भारतीय हॉटेलचा शोध लावला होता. तिथे परोठा, तिखट इंडियन करी आणि पापड, लोणचं मिळतं, ही बातमी त्यानं मला दिली होती. बराच वेळ भटकून आम्ही ते हॉटेल शोधून काढलं.

लाल मिरच्यांची चटणी, पुऱ्या, भात आणि तिखट कालवणावर मी तुटून पडलो. ओंग मात्र तिखटानं घाबराघुबरा झाला. सारखा 'तू हॉत, तू हॉत' म्हणत जीभ बाहेर काढून पोळलेल्या तोंडात वारा घेऊ लागला.

तिथं एक काळी म्हातारी स्वयंपाकीण होती. जेवून झाल्यावर मी हताशपणं, 'आता पुढे काय?' असं ओंगला विचारताना तिनं ऐकलं आणि जवळ येऊन म्हटलं, "रविवारी तुम्हाला अशी पंचाईत पडणं अगदी साहजिक आहे, मी सुचवू का? तुम्ही पोहायला का जात नाही? बोंडाय बीचवर?"

ही कल्पना आम्हाला फारच पसंत पडली आणि बस घेऊन आम्ही बीचवर पोचलो.

तिथं उघड्यावाघड्या पोरींची, पोरांची, बाप्यांची जत्राच भरली होती. निळ्याभोर समुद्राचा थंड खारा वारा आणि वास येत होता. रेलिंगवर रेलून मी पॅसिफिक महासागरावरचा वारा प्यायलो.

ऑस्ट्रेलियन लोक सर्रास शार्क मासे चवीनं खातात आणि धाडसी शार्क मासे अधूनमधून ऑस्ट्रेलियन माणसांना खातात, असं मी ऐकलं होतं. चवपालट म्हणून भारतीय माणूस खाणंही त्यांनी पसंत केलं असतं, म्हणून शेजारी उभ्या असलेल्या ऑस्ट्रेलियनला मी विचारलं, "का हो, या समुद्रात शार्क मासे आहेत म्हणून मी ऐकलं, खरं का?"

तो म्हणाला, "हां, पण भ्यायचं कारण नाही."

"शार्कला माणसानं भिऊ नये? अहो, ते माणसाला खाऊन टाकतात ना?"

"आता किती लोक पोहताहेत बघा. You would be dead unlucky to be taken by a shark, with that mob."

"To be dead is unluck?"

"माझ्या म्हणण्याचा अर्थ इतकाच की, लाखात एखादा माणूस शार्कच्या पोटात जातो. तो एखादा तुम्हीच ठरलात, तर दुर्दैव. दुसरं काय?"

"अस्सं!"

काही वेळानं माझ्या ध्यानात आलं की, लंगोट घालून इथं पोहणं बरं दिसणार नाही. चौकशी केली, तेव्हा कपडे भाड्यानं मिळतात, असं कळलं. कुठं मिळतात, ते माहीत नव्हतं.

एका पोराला विचारलं, "का हो, पोहताना घालायची चड्डी कुठं मिळेल?"

त्यानं चेहरा बावरल्यासारखा केला. माझं सरळ इंग्रजी त्याला कळलं नसावं, म्हणून मी पुन्हा तोच प्रश्न केला. त्यावर तो गमतीदार हसला. ऑस्ट्रेलियन इंग्रजीतून म्हणाला, "Wot you wont's a pair of TRUNKS. Hire'em at the dressing sheds."

ऑस्ट्रेलियन लोकांशी आपण इंग्रजीतून बोलतो, तेव्हा ते ऑस्ट्रेलियन भाषेतून आपल्याला उत्तरं देतात. ती आपल्याला कळत नाहीत. पण पुढे आपल्या ध्यानात येतं की, ऑस्ट्रेलियन भाषा ही इंग्रजीच भाषा आहे.

"Where is the dressing shed, Please?"

"Over there."

मी आणि ओंग त्या दिशेनं चालू लागलो. तेव्हा मागून आवाज आला –

"Place is full of, em Asians."

आम्ही शेड्सपाशी पोचलो. लोक पैसे देऊन आत जात होते. पैसे घेणाऱ्याला विचारलं, "How much, please?"

"Two bob."

शिलिंग ह्या नाण्याला 'बॉब' असं टोपणनाव आहे, याचा शोध आम्हाला मागंच लागला होता.

आम्ही दोन-दोन शिलिंग देऊन आत गेलो. कोपऱ्यातल्या काउंटरवर दुसरा माणूस होता.

मी म्हणालो, "आम्हाला ट्रंक्स पाहिजेत, दोन."

शेल्फवरच्या दोन चड्ड्या काढून त्यानं दिल्या. विचारलं, "टॉवेल?"

"हो! लागेलच अंग पुसायला!"

त्यानं दोन टॉवेल ट्रंक्सवर ठेवून दिले. पुन्हा विचारलं, "क्युबिकल?"

मी ओंगकडे पाहिलं, त्यानं ओठ पुढे करून दोन्ही हात बाजूला फेकले. क्युबिकल ही काय भानगड होती, हे मला माहीत नव्हतं, ओंगलाही माहीत नव्हतं.

"Sorry, I do not know what is cubicle. Would be kind enough to explain?"

"Place ter get changed. "

तो पुन्हा स्पष्टपणे म्हणाला, "Place ter get change yer clothes in."

यावर ओंग ओरडला, "Oh, yes please, we would like one of those!"

मग त्यानं दोन चाव्या दिल्या. त्याला पिना होत्या आणि नंबर होते.

"That's the number of your cubicle, leave yer clothes there Lock'em up, an' pin the key ter yer trunks, got it! "

आम्ही आत गेलो. लहान-लहान कपाटं म्हणजे क्युबिकल्स होती. कपडे काढून आम्ही क्युबिकल्समध्ये ठेवले. कुलूप लावून किल्ल्या ट्रंकला पिननं लावल्या आणि बीचवर आलो.

अनेक माणसं एका ठराविक ठिकाणी पोहत होती. बहुधा शार्कच्या भीतीमुळे असेल. त्या गोंधळात पोहणं बरं वाटलं नाही, म्हणून आम्ही बाजूला कोणीही नसलेल्या जागी शिरलो. इथं शार्कनं आम्हाला खाल्लं असतं; पण तो मघाचा माणूस म्हणाला होता, भिण्याचं काही नाही. समुद्रस्नानाची ही माझी पहिलीच खेप होती. विहिरीत शिरावं, तसा मी पाण्यात शिरलो. भलतंच गार पाणी होतं. एकाएकी एक मोठी लाट आली आणि मी उलटापालटा झालो. सगळा पॅसिफिक माझ्या छाताडावर बसला. मोठ्या कष्टानं मी पुन्हा दोन पायांवर उभा राहिलो आणि पुन्हा आलेल्या लाटेच्या रङ्ग्यासरशी कोलमडलो. ओंग वाळूत उभा राहून हसत होता.

माझ्या नाकातोंडात सारं पाणी शिरलं. नाकाचं काही नाही, पण तोंडात शिरलेलं शेर-पावशेर पाणी थेट पोटात गेलं. मूठभर मीठ खाल्ल्यासारखं तोंड खारट झालं असेल, याची मला किंचित कल्पना आली.

किनाऱ्यापासून मी पुढे-पुढे गेलो. तिथे पाणी थोडं शांत होतं. मी बेडकुळीसारखा पाण्यावर तरू लागलो.

एवढ्यात पोलिसांच्या शिट्टीसारखी शिट्टी वाजली. मी मुंडकं वर करून पाहिलं, तर ओंगही पाण्यात पडला होता आणि वाळूत उभा राहून एक पोऱ्या हात हलवून मला खुणा करत होता. त्याच्या डोक्याला तांबडी घट्ट टोपी होती. कुणाला खुणावतो, म्हणून मी आजूबाजूला पाहिलं. कोणी नव्हतं. मग मीही हात हलवून त्या पोराला खुणावलं आणि पुन्हा पोहू लागलो.

थोड्याच वेळात तो तांबडटोप्या माझ्याकडे पोहत आला आणि म्हणाला, "अहो पावणं, काय बेत आहे?"

"छान आहे! मजा येते नाही, असं पोहायला?"

तो रागावलेला दिसला.

"तिकडे जा त्या घोळक्यात."

"मला घोळक्यात पोहणं आवडत नाही. अंगाला अंग लागतात."

"You're in a rip, here. Get over between the flags. "

मग मीही रागावलो, म्हणालो, "तुम्ही कोण सांगणारे?"

"Life saver. बुडणाऱ्याला वाचवणं हे काम आहे माझं."

"ठीक आहे. पण मी काही नवशिका नाही. चांगलं पोहता येतं मला."

"ते दिसतंय, पण इथं शार्क आहेत —"

"Yes. I know. I would be dead unlucky to be taken by a shark.

पण मग दोन-चार तांबडटोपे पोहत आले आणि त्यांनी अत्यंत नम्रपणे मला बाहेर निघा, म्हणून सांगितलं. नाइलाजानं मी बाहेर आलो.

मग तांबडटोप्यांनी आम्हा दोघांना नीट समजावून सांगितलं की, काही विशिष्ट भागातच पोहणं आवश्यक आहे. ऑस्ट्रेलियातील जवळजवळ सर्व पोहण्याच्या ठिकाणी शार्क माशांचा धोका असतो. म्हणून ठिकठिकाणी 'लाइफ-सेव्हर्स' असतात. ते सगळे छान पोहणारे आणि धाडसी लोक असतात. तुम्ही फार आत गेला असता, तर तुम्हाला दोरी टाकून परत घेणं मुश्किल झालं असतं, कारण लाइफ-सेव्हर्सचं लाइफसुद्धा शार्कच्या बाबतीत धोक्यात असतं.

मी म्हणालो, "I am sorry, I didn't understand."

("असं होय? मग आमचं चुकलं, माहीतच नव्हती ही भानगड.")

"That's all right. Just keep between the flags. Everything all clear now?"

("ठीक. पण आता ती निशाणं आहेत ना, त्यांच्या आतच पोहायचं. काय कळलं?")

"Yes everything is all clear."

("सगळं कळलं!")

"Good. Okay. See you aruound."

("बराय, भेटू पुन्हा!")

"Thank you. I will see you around."

("हो, भेटू या की!")

माझं तोंड फार खारट झालं होतं. घोळक्यात पोहण्याची आमची दोघांचीही इच्छा नव्हती. आम्ही परत शेडमध्ये आलो. दोन-तीन ऑस्ट्रेलियन पोरं उघड्यावरच साफ नागडी होऊन कपडे बदलत होती. मी डोळे मिटून न्हाणीघरात गेलो. गार पाण्याच्या शॉवरखाली उभं राहून केसाला, अंगाला चिकटलेली बारीक वाळू काढली. क्युबिकलमधले कपडे काढून घातले, ट्रंक्स परत दिल्या आणि समुद्रकिनारा सोडला.

रस्त्यावर पुष्कळशी कॅफेज होती. मला भूक लागली होती. आम्ही कॅफेत शिरलो. तिथे खूप गर्दी होती. लोक जेवत होते आणि पाण्याऐवजी बिअर पीत होते.

आम्ही एका टेबलापाशी जाऊन बसलो, वेटर आला आणि म्हणाला,

"Yes please?"

("काय खाणार, साहेब?")

क्षणाचाही विलंब न लावता मी म्हणालो,

"We want to eat sharks, please."

("आम्ही शार्क मासा खाऊ!")

"Fried sharks-with chips, Sir?"

("तळलेला शार्क, आणि बटाट्याच्या फोडी?")

"Yes please. we would like to eat fried sharks with chips!"

("हो, हो, तळलेला शार्क आणि बटाट्याच्या फोडी. आण लवकर.")

■

। आठ ।

ऑस्ट्रेलियातल्या तीन महिन्यांच्या मुक्कामात माझं सगळं राहणं हॉटेलात झालं. एखाद्या ऑस्ट्रेलियन कुटुंबात राहावं, अशी माझी फार इच्छा होती. ती संधी टॅमवर्थला गेल्यावर मिळाली. टॅमवर्थचा रुरल ऑफिसर किथ फ्रँकलिन हा मोठा उमदा माणूस होता. मी आणि ब्रुनाय रेडिओचा प्रोग्रॅम ऑर्गनायझर अबूबकर बिन महंमद असे आम्ही दोघे जेव्हा टॅमवर्थला पोचलो, तेव्हा विमानतळावरून आम्हाला थेट हॉटेलकडे न नेता किथ म्हणाला, "तुमची काही हरकत नसेल, तर मी तुम्हाला आमच्या घरीच घेऊन जातो. माझं कुटुंब लहान आहे. तुमची अडचण होणार नाही. हॉटेलमधलं स्वातंत्र्य तुम्हाला माझ्या घरीही मिळेल."

मी म्हणालो, "आम्ही मोठ्या आनंदानं राहू, पण तुम्ही या बाबतीत तुमच्या धर्मपत्नीचा विचार घेतला आहे का?"

ग्लीन फोर्ड ह्या सिनेमा नटासारखा दिसणारा किथ यावर रुंद हसला आणि म्हणाला, "खरं म्हणजे ही सूचना तिचीच आहे. आम्ही गावाबाहेर राहतो. मी सारखा रेडिओच्या कामासाठी फिरतीवर असतो. ती आणि माझा लहान मुलगा दोघंच घरी असतात. एक भारतीय आणि दुसरा मलायी असे पाहुणे जर चार दिवस घरी राहिले, तर चार लोकांना सांगण्यासारखं काही तिला मिळेल."

"मग काही हरकत नाही. चला!"

धुरळ्यानं माखलेल्या आणि वाटेल तसल्या रस्त्यानं दामटल्यामुळे खिळखिळ्या झालेल्या किथच्या गाडीतून आम्ही टॅमवर्थ गावात शिरलो. गेला महिना सिडनीसारख्या गजबजलेल्या शहरात गेला होता. त्यामुळे टॅमवर्थमध्ये शिरताच, मुंबईहून सांगलीला आल्यासारखं वाटलं. हमरस्त्याच्या दुतर्फा जकरांडाची झाडं सुरेख जांभळ्या फुलोऱ्यानं बहरली होती. पिवळा कॅशियाही फुलला होता. रस्त्यावर माणसांची आणि वाहनांची गर्दी मुळीच नव्हती. किती बरं वाटलं.

गाव मागं टाकून साध्या रस्त्याला लागलो, तेव्हा

मला आजूबाजूचा देखावा वेगळा वाटला. मेलबोर्नहून कॅनबराला आलो, तेव्हा रस्त्याच्या दोन्ही बाजूंची रानं वेगळी वाटली होती. मेलबोर्न ते कॅनबराकडे जाणाऱ्या मोठ्या सडकेच्या दोन्ही बाजूंना सपाट अशी हिरवीगार कुरणं होती. नीट दोरीत कुंपण घालून चार-चार, पाच-पाच एकरांचे तुकडे पाडलेल्या ह्या कुरणांतून, कधी गुबगुबीत पांढरी शुभ्र मेंढरं चरताना दिसत असत, तर कधी तांबडी गुरं हिंडताना आढळत. कुठं-कुठं देखण्या घोड्यांचा कळपच्या कळप दिसे. ही जनावरं राखणारे लोक मात्र कुठं दिसत नसत. आखून दिलेल्या आपल्या रानात जनावरं शांतपणे चरत असत किंवा गम वृक्षाच्या सावलीला घोळामेळानं बसलेली दिसत. वर निळं-निळं आकाश, खाली हिरवीगार कुरणं, आणि त्या कुरणांतून खडी काढल्यासारखी दिसणारी पुष्ट उमदी जनावरं पाहिल्यावर, आपणही वासरू होऊन हिरव्या गवतावर उड्या माराव्यात, असं वाटे.

मेहनत घेऊन तयार केलेल्या या अफाट कुरणांना बांध असा नसे. जनावरांनी दिवसरात्र रानातच राहायचं. रानाचा मालक, म्हणजे पाच-पाच हजार एकरांचा धनी. पंधरा-वीस हजार मेंढ्या, आठ-दहा हजार गुरं इतका त्याचा कुणबावा. पाच हजार एकराच्या एका एकरावर, सुरेख विटांचं आणि रंगीत छपरांचं घर घालून तो वस्तीला राहिलेला. त्यानं रानातून चक्कर मारायची, ती मोटारीनं. क्लोव्हर गवताचं बी पेरायचं ते विमानानं. रान इतकं विपुल की, एका एकरात फार तर दोन किंवा तीन मेंढरांनी चरावं. ही मेंढरं लोकरीनं अशी फुललेली की, एक मेंढरू कातरलं की, तेरा पौंड लोकर मिळावी.

व्हिक्टोरिया प्रांतातला हा देखावा, न्यू साऊथ वेल्समधल्या टॅमवर्थला अगदी बदललेला होता. इथं हिरवी कुरणं, पांढरी मेंढरं आणि तांबडी गुरं नव्हती. धुरोळ्यानं भरलेला रस्ता होता. ठिकठिकाणी ओढे आणि ओघळी दिसत होत्या. रानं चढ-उताराची होती. लहान-लहान वस्त्या घालून रानात राहिलेले शेतकरी ठिकठिकाणी दिसत होते. रस्त्याला बाजूला दुकानं, हॉटेलं होती.

टॅमवर्थपासून किथचं घर आठ मैल दूर होतं. वाट होती, ती आपल्याकडच्या गाडीवाटेसारखी. मध्येच ती लहानशा पुलाखालून गेली होती. पुलाखाली साठलेल्या पाण्यातून फवारे उडवत ती पुढे गेली. डावीकडे उजवीकडे अशी चार-दोनदा वळली. मध्येच एक ओघळ आडवी आली. तिच्यावर लाकडं टाकून पूल केला होता. कसरत करत मोटारीनं तो पूल पार केला आणि मग आम्ही एका शेतात शिरलो. जर्दाळूच्या झाडांची रांग असलेल्या बांधाच्या कडेकडेनं येऊन गाडी किथच्या घरापुढे उभी राहिली.

खेळण्यातल्या कुत्र्यासारखं दिसणारं एक लहानसं केसाळ कुत्रं धावत भुंकत

आलं. किथची प्रसन्न चेहऱ्याची बायको लहान मुलाला काखेत घेऊन दारात येऊन उभी राहिली.

मी मोटारीतून बाहेर आलो. नमस्कार-चमत्कार झाले. ओळखपाळख झाली. किथचं घर ओबडधोबड बांधणीचं, पण खूप मोठं होतं. डाव्या बाजूला असलेल्या मोठ्या खोलीत खेळण्यातली, पण चालणारी आगगाडी होती. रूळ, सिग्नल, स्टेशन सगळं मांडलेलं होतं. घरात एखादं बारा-चौदा वर्षांचं नादी पोर असावं. (हे नादी पोर म्हणजे स्वत: किथच, हे उशिरा कळलं.)

सगळ्या घराला खेडूत-कळा होती. रंगरंगोटी, पडदे, चकमक फर्निचर असा इतर घरांतून दिसणारा शहरी थाटमाट मुळीच नव्हता. थेट मागील दारी असलेली खोली आम्हाला दिली होती. ही खोली बहुधा त्या नादी पोराची असावी. कारण भिंतीवर जनावरांची, पाखरांची रंगीत चित्रं होती. एक लहानशी खाट होती. (पुढे मला कळलं की, ही खोली तान्ह्या मुलासाठी या हौशी नवरा-बायकोनं आत्तापासूनच सजवून ठेवली होती.)

मागील दारी दोन्ही बाजूला मोठं आवार होतं. सगळी मिळून वीस एकरावर जमीन असावी. छाती-कमरेइतकी झुडपं, गवत, तण सगळीकडे माजलेलं होतं. मनुष्यवस्तीपासून दूर अशा डाक बंगल्यात बिऱ्हाड करून राहावं, तसा किथ राहिला होता. घरात नोकर-चाकर कोणी नव्हते. आजूबाजूला शेजार नव्हता आणि तरीही फ्रँकलीन बाईचा चेहरा उबगलेला, त्रासलेला नव्हता.

फ्रँकलीनबाईंनी झटपट स्वयंपाक केला. असल्या आडरानात विजेची सोय होती. स्वयंपाकाची आधुनिक साधनं होती. जेवायला बसलो, तेव्हा लहानगा फ्रँकलीन टेबलाशेजारीच बाबागाडीत बसला होता. तो रडू लागला, तेव्हा आईनं त्याच्या हातात लहानशा ब्रेडचा तुकडा दिला. शेतकऱ्याच्या घरात पोराच्या हाती भाकरीचा तुकडा देतात तसा. त्या तुकड्याकडे बघत कुत्रं टपून बसलं.

साहेब लोक लहान-लहान मुलांना अंगाशी झटू देत नाहीत. आपल्यासारखं त्याला खांद्यावर टाकत नाहीत, असं मी ऐकलं होतं; पण या घरात ते खोटं होतं. जेवता-जेवता आईबाप मुलाशी बोबडं बोलत. तुकडा चोखणारं पोरगं हात-पाय नाचवून खिदळत होतं. बराच वेळ वाट पाहिल्यावर झिपऱ्या कुत्र्यानं हळूच पोराच्या हातचा तुकडा पळवला. पोर रडू लागलं आणि कशी गंमत झाली, म्हणून आईबाप हसू लागले.

अबूबकर सारखा आपल्याकडील अन्नपदार्थांविषयी बोलत होता. अमकं कसं करतात, तमकं किती छान लागतं, असं त्याचं चऱ्हाट चाललं होतं. मिटक्या मारत मारत तो नाना पदार्थांच्या कृती सांगत होता. बाई त्याचं सांगणं ध्यान देऊन ऐकत होत्या. शेवटी अबू उत्साहानं म्हणाला, "एकदा मी स्वयंपाक करतो, बघा तरी कसे

फक्कड पदार्थ करतो.''

मी उगीचच घाबरल्यासारखा झालो. हा माणूस फार बोलतो आहे; आता प्रत्यक्ष काय करतो कोण जाणे! अबू मात्र सारखा अंगठा दाखवून दम भरत होता.

''बघा तरी कसा वंडरफुल स्वयंपाक करतो.'' स्वयंपाकासाठी लागणाऱ्या वस्तूंचं त्यानं टिपण केलं. चार वाजता बाजारात जाऊन आम्ही दोघांनी सगळ्या वस्तू खरेदी कराव्यात, असं ठरलं. अबूच्या यादीत मिरचीची पूड, लसूण, आलं असले पदार्थ होते. कोंबडीचा रस्सा आणि भात करावा, असा बेत होता.

गावात आलो. मोठ्या शहरात असलेली 'सब कुछ मिलेगा', दुकानं या लहानशा गावातही होती. एकदा दुकानात शिरलं की, सर्व काही घ्यावं. बाजार करायला आलेल्या लेकुरवाळ्या बायकांच्या पोरांना खेळण्यासाठी लाकडी घोडे, मोटारी असलं साहित्यही दुकानदारानं ठेवलं होतं. पोरांनी तिथे खेळावं आणि बायांनी बाजार करावा. दुकानाच्या एका कोपऱ्यात कॉफी, आइस्क्रीम मिळण्याचीही सोय होती. ऑस्ट्रेलियातील माणसांच्या चणचणीमुळे विक्रेते फार कमी होते. आपणच दुकानभर हिंडून हव्या त्या वस्तू निवडायच्या आणि काउंटरवर जाऊन त्या विक्रेत्यापुढे ठेवायच्या. पैसे देऊन बाहेर पडायचं. असं करताना एखाद्यानं वस्तू खिशात घालून तशीच नेली तर! ही शंका माझ्या मनात आली; पण ऑस्ट्रेलियात लोक प्रामाणिक आहेत, चोऱ्यामाऱ्या करणं त्यांना ठाऊक नाही, हे मी ऐकलं होतं, पाहिलं होतं. प्रामाणिकपणाचा अनुभवही घेतला होता.

व्यंकटेशाचलमहून इकडे आलेली करी पावडर (म्हणजे गोडा मसाला), बर्फात थंड केलेली कोंबडी, प्लॅस्टिकच्या पिशवीत चिरून, निवडून ठेवलेली घेवड्याची भाजी, काकडी, बटाटे, कांदे अशा वस्तू घेतल्या. काळ्या सॉसची लहानशी बाटलीही किथनं घेतली.

आलं आणि लसूण ह्या वस्तू मात्र या दुकानात मिळाल्या नाहीत, त्यासाठी चिनी भाजीवाल्याकडे जा, असं दुकानदारानं सुचवलं. टॅमवर्थमध्ये असलेली दोन-चार चिनी दुकानं आम्ही पालथी घातली, पण लसूण-आलं मिळालं नाही. या वस्तूंच्या शोधासाठी बरीच पायपीट करावी लागली. अबू फार खट्टू झाला.

घराकडे परत फिरलो. वाटेत किथनं खिशात हात घातला आणि सॉसची बाटली काढली. बाटलीचे पैसे द्यायचे राहून गेले होते! आता हा प्रामाणिक ऑस्ट्रेलियन पुन्हा चार मैल परत जाऊन पैसे देऊन येणार, असं वाटून मी बघत राहिलो. पण किथ मिश्कीलपणे हसला आणि म्हणाला, ''काही बिघडत नाही. एवढ्या वस्तू घेतल्यावर हे कमिशन समजू या.''

आणि त्यानं बाटली पुन्हा खिशात घातली. मला उगीचच बरं वाटलं.

कमरेभोवती 'सारोंग' गुंडाळून अबूनं स्वयंपाक केला. किथ, मी, फ्रँकलिनबाई मदत करत होतो. बऱ्याच उशीरा स्वयंपाक झाला.

आपण केलेला रस्सा आणि कढी ओरपत अबू पुन्हापुन्हा म्हणत होता, "छे! लसूण, आलं, खोबरं, हिरवी मिरची नाही. त्यामुळे रस्सा म्हणावा तसा जमला नाही. एरवी मी केलेला स्वयंपाक फर्स्टक्लास होतोच होतो."

किथ माझ्याकडे बघून गालातल्या गालात हसत होता. बाई म्हणाल्या, "पण हा झालेला स्वयंपाकही काही थर्डक्लास नाही. मला तरी बाई फार आवडला हा पदार्थ. आता मी नेहमी करीन. करी पावडर कशी वापरावी, हे आम्हाला ठाऊकच नव्हतं. आम्ही आपलं कोंबडी शिजवून घेऊन मग वर मसाला पेरत असू."

अबू म्हणाला, "तरी तूप नाही. ते असतं, तर बघायला पाहिजे होती चव. बटर वितळून तुपाची चव येत नाही."

मग किथनं 'घी' हा काय प्रकार असतो, असं विचारलं. त्याला सगळं समजावून सांगावं लागलं. ऑस्ट्रेलियात दही, ताक आणि तूप हे दैवी पदार्थ मुळीच माहीत नाहीत, हे पाहून मला आणि अबूला फारच वाईट वाटलं. उत्साही अबू मला म्हणाला, "माड, आपण उद्या दूध आणू, विरजण लावू आणि हे पदार्थ तयार करून दाखवू."

मी विचारलं, "विरजणाचं काय? ताक कुठून आणणार?"

अन् थोडा वेळ गप्प बसला आणि मग म्हणाला, "लिंबू पिळू या."

फ्रँकलिबाईंनी सूचना केली की, उद्या मी भारतीय पद्धतीचा स्वयंपाक करावा. अबूनं आणि किथनंही या सूचनेला पाठिंबा दिला.

साफ उतरलेल्या चेहऱ्यानं मी म्हणालो, "हो, हो, अवश्य."

भात-पिठलं करण्यापलीकडे माझं स्वयंपाकाचं ज्ञान नव्हतं. काय, काय करावं, याचा विचार करत मी रात्रभर बराच वेळ जागा राहिलो. सर्व पदार्थांची मनोमनी उजळणी केली. पण एकाचीही कृती नजरेसमोर येईना. 'सुग्रास भोजन', सारखं एखादं पुस्तक बरोबर आणण्याची बुद्धीही सुचली नाही, याचा विषाद वाटला. उगीचच 'होय' म्हणून बसलो. मला स्वयंपाक येत नाही, असं सांगून टाकलं असतं, तर कोणी सुळावर दिलं नसतं, असं वाटून स्वत:वरच चिडलो. शेवटी भगवंतावर हवाला ठेवून डोळे मिटले.

दुसरे दिवशी व्हिकफिल्ड नावाच्या कोंबडीवाल्याकडे जाण्याचं निमंत्रण अचानक आलं आणि माझी या कठीण प्रसंगातून भगवंताच्या कृपेनं सुटका झाली, तेव्हा मला किती बरं वाटलं!

पुढं, टॅमवर्थच्या चार दिवसांच्या मुक्कामात सकाळपासून संध्याकाळपर्यंत आम्ही आमच्या कामात राहिलो. भगवंतानं संकट समूळच टाळलं!

भल्या सकाळी, मी जागा झालो, तर अबू व्हरांड्यावर बसून चिमट्यानं दाढीचे केस उपटत होता.

मी विचारलं, ''हे रे काय?''

यावर तो थोट मुसलमान म्हणाला, ''मी अशीच दाढी करतो.''

परसात उभा राहून मी समोर बघू लागलो. पलीकडच्या रानात तांबड्या वाणाचे ससे उड्या मारत होते. माझ्यातला शिकारी जागा झाला. घाईघाईनं आत येऊन मी किथला विचारलं, ''तुमच्याकडे हत्यार आहे का? अहो, मागे ससे उड्या मारताहेत.''

किथला या गोष्टीचं काही विशेष वाटलं नाही. मी इतका उल्लू का झालो होतो, हेही त्याला कळलं नसावं. हातानं वळलेली सिगारेट पेटवून झाल्यावर तो शांतपणे म्हणाला, ''ऑस्ट्रेलियातील 'सशांचा गंभीर प्रश्न' तुला माहीत नाही का? आम्ही ससे मारत नाही. काय करायचं मारून?''

''का? आमच्याकडे ससा हा प्राणी किती दुर्मिळ आहे! असे परसदारी ससे उड्या मारताना दिसले की, आम्ही हटकून टुम होऊ.''

यावर किथ नुसता रुंद हसला.

मी हातात एक टिकारणं घेऊन परसदारी असलेल्या गवतातून हिंडावं, म्हणून बाहेर पडलो. गवतात दिसेनासा झालो.

तेवढ्यात किथच्या मोटारीचा भोंगा सारखा वाजू लागला. अबूच्या ''माड... माड...'' अशा हाळ्या ऐकू आल्या. सशाच्या कोपी शोधून काढाव्यात, म्हणून मी बारीक नजरेनं पाहत होतो, तो गवतातून बाहेर आलो आणि घराकडे पाहिलं.

किथ मोटार सज्ज करून आमची वाट पाहत होता. कार्यक्रमाप्रमाणे सकाळी साडेदहा वाजता गावातल्या रेडिओ स्टेशनवर जाऊन किथ सकाळचं 'कंट्री ब्रेकफास्ट सेशन', कसं ध्वनिक्षेपित करतो, हे आम्हाला पाहायचं होतं. त्यासाठीच तर आमची इथं पाठवणी झाली होती. मी मुकाट्यानं हातातलं दांडकं टाकून मोटारीत बसलो.

किथ म्हणाला, ''आपल्याला उशीर झाला.'' आणि मोटार भन्नाट निघाली.

रोज सकाळी सहा वाजता उठून हा माणूस नोकरीला जातो, हे बघून मला धसका बसला. मध्येच गाडीला काही झालं तर, रेडिओ कार्यक्रम कसा होत असेल, असा प्रश्न मनात आला.

आठ मैल अंतर तोडून आम्ही रेडिओ स्टेशनवर आलो. किथनं भराभर कुठं-कुठं फोन केले. विमानतळावरून हवामानाचा अंदाज घेतला. टेंपरेचर घेतलं. तोपर्यंत सिडनीहून प्रसारित होणाऱ्या बातम्या चालल्या होत्या. किथनं धांदलीनं काही ध्वनिमुद्रित संगीताच्या रेकॉर्ड्स काढल्या. काल संध्याकाळीच त्याच्या सहकाऱ्यानं तयार करून ठेवलेली कागदपत्रं नीट जुळवून घेतली. तोवर पोस्टामधला पोऱ्या आला. ऑस्ट्रेलियातील रेडिओवर आपल्यासारखे इंजिनियर्स, मेकॅनिक्स नाहीत.

पोस्टखात्यातले लोक तेवढ्यापुरतं येऊन हे काम करतात. पोस्टामधला पोऱ्या कंट्रोलरूममध्ये गेला. त्यानं रेकॉर्डिंग मशीनवर टेप चढवली. सिडनीहून सहक्षेपित होणाऱ्या बातम्या संपल्या आणि बरोबर सात वाजून पंधरा मिनिटांनी किथ फ्रँकलिन बोलू लागला –

"मी टॅमवर्थच्या रीजनल स्टेशनवरून किथ फ्रँकलिन बोलतो आहे, गुडमॉर्निंग एव्हरीबडी!"

मग त्यानं आजचं हवामान सांगितलं, हवामानाचा अंदाज सांगितला. रेल्वे गाड्यांच्या वेळा सांगितल्या. अमकी गाडी अमुक वाजता कुठं पोचेल, हे सांगितलं. शेतकऱ्यांची एक सभा भरणार होती, तिची माहिती, वेळ, जागा सांगितली.

मधूनच ध्वनिमुद्रित संगीत लावलं. काल बाजारात मेंढरं किती आली होती, त्यांचे भाव काय होते, सफरचंदाचा भाव किती होता इत्यादी माहिती सांगितली आणि कंट्रोलरूममधल्या पोराला टेप सुरू करायची खूण केली. 'कुरणाची सुधारणा' या विषयावर हिंक्सन नावाच्या शेतकऱ्याची किथनं रानात जाऊन रेकॉर्ड केलेली मुलाखत सुरू केली.

आणि पंधरा मिनिटांचं कंट्री ब्रेकफास्ट स्टेशन संपलं!

आम्ही 'गावकरी फडात' रोज संध्याकाळी एक तासाच्या कार्यक्रमात ज्या बारा भानगडी करत असतो, त्या आठवून मी विचारलं, "बास? तुझं दिवसाचं काम संपलं?"

"संपलं!"

"श्रुतिका, लोकगीत, लोकनाट्य, डॉक्युमेंटरी हे काही तुला करावं लागत नाही का?"

"नाही. एवढाच कार्यक्रम शेतकऱ्यांचा. तू म्हणतोस, तसले कार्यक्रम मुख्य स्टेशनवरनं आम्ही रिले करतो. शेतकऱ्यांसाठी वेगळे असे करमणुकीचे कार्यक्रम मला करावे लागत नाहीत."

मला मोठा विस्मय वाटला.

"मग ह्या गावातले आणि आसपासचे होतकरू कलावंत, लेखक 'आम्हाला चान्स द्या,' म्हणून तुला छळत नाहीत का?"

"नाही बुवा. उलट मलाच, वस्त्यावस्त्यांवरून भटकून मुलाखती रेकॉर्ड कराव्या लागतात... शेतकऱ्यांच्या! पुष्कळदा वर्षभरात माझी फिरती सात हजार मैल होते."

"आणि तुझं हे कंट्री ब्रेकफास्ट लोक ऐकतात?"

"सर्व ऐकतात. फार लोकप्रिय आहे हा कार्यक्रम."

"भिकार कार्यक्रम करता म्हणून पत्रं येतात का? लोक तोंडावर शिव्या देतात का?"

"नाही बुवा."

"सुखी आहेस."

ब्रुनायमध्ये शेतकऱ्यांसाठी असा खास कार्यक्रम अद्याप सुरूच झाला नव्हता. त्यामुळे अबू गंभीरपणे कार्यक्रम ऐकून त्याची टिपणं घेत होता.

काम संपवून घरी आलो. भाजलेले पावाचे तुकडे, लोणी आणि चहा अशी न्याहारी पाहून, सगळे ऑस्ट्रेलियन्स सकाळी अंडी, गुराचं मांस आणि मासे, सॉसेजिस असली भयानक न्याहारी करतात; अशी आजवर हॉटेलातली न्याहारी पाहून झालेला माझा समज लटका ठरला. किथनं तर फ्रिजमध्ये ठेवलेलं कालचं शिळं कालवण आणि ब्रेड बडवला. न्याहारी करताना किथनं विचारलं,

"तुमचे नेहरू नेहमी स्नेकप्रुफ ट्रावझर का वापरतात?"

मला या प्रश्नाचं हसू आलं. उत्तर सुचलं नाही.

दुपारी आम्ही पोल्ट्री फार्म पाहायला निघालो.

टॅमवर्थ हे गाव पोल्ट्रीबद्दल प्रसिद्ध होतं.

अनेक खाजगी पोल्ट्री फार्म या गावात होते. कोंबड्यांचं खाणं, तारेचे पिंजरे तयार करण्याचे लहानमोठे कारखाने होते.

अबूबकर बिन महमंदला 'पोल्ट्री' या विषयाची फार आवड होती. कुठंही गेलो; तरी अबू कोंबड्या, त्यांचं खाणंपिणं, अंडी याविषयी बारीक चौकशी करी. त्या विषयावरची मिळतील तितकी माहितीपत्रकं गोळा करी. त्याचा नाद आम्हा आठही जणांच्या चेष्टेचा विषय झाला होता. पण ऑस्ट्रेलियन ग्रामीण रेडिओचे अधिकारी अत्यंत तत्परतेनं ही सर्व माहिती त्याला पुरवत होते.

कोंबड्यांचं खाद्य तयार करणाऱ्या कारखान्यात गेलो, तेव्हा अबूनं मिश्रणात काय-काय पदार्थ, किती प्रमाणात मिसळतात हे लिहून घेतलं. ही धंद्यातली खुबी सांगायला मॅनेजर नाखूश दिसला, पण अबूनं प्रश्न विचारून-विचारून त्याचं भुस्काट पाडलं. शेवटी त्या बापड्यानं मिश्रण सांगितलं. कोंबड्यांचे पिंजरे तयार करण्याचा कारखाना पाहिला, तेव्हा अबूनं किथला हळूच सुचवलं, "मला दोन पिंजऱ्यांचं सॅम्पल मिळालं तर पाहा."

किथनंही मॅनेजरला काहीबाही सांगून गटवलं आणि दोन पिंजरे बांधून अबूपाशी दिले. अबू अगदी खूश झाला. म्हणाला, "या पिंजऱ्याबरहुकूम अनेक पिंजरे तयार करून मी घरी पोल्ट्री काढणार!"

आम्ही विमानानं सिडनीला जाणार होतो. तिथून पुढंही विमानानं जकार्ताला. तिथे दोन दिवस मुक्काम. पुन्हा विमानानं सिंगापूर. तिथे मुक्काम आणि तिथून पुढे अबू ब्रुनायला जाणार होता. या सर्व प्रवासात पिंजऱ्यांचं हे खटलं तो वागवणार, हे बघून मी हबकून गेलो. कारण सिंगापूरपर्यंतचा प्रवास आम्ही दोघं मिळून करणार

होतो. शेवटी मी म्हणालो, "अबू, आपण रेडिओ कार्यक्रमासंबंधीचं शिक्षण घ्यायला इथं आलोय; पोल्ट्रीचं नव्हे."

यावर डोळा मिचकावून अबू म्हणाला, "खरं सांगायचं म्हणजे, रेडिओची नोकरी फुकट आहे. काही प्राप्ती नाही. इथनं परत गेल्यावर मी स्वत:चं पोल्ट्री फार्म उघडणार आणि रेडिओच्या नोकरीला राम-राम ठोकणार. पाहिजे कशाला रिक्कामी दगदग!"

रानात वस्ती घालून राहिलेल्या व्हिकफिल्ड या कोंबडीवाल्याकडे आम्ही गेलो. घर साधं होतं. एक उघडी पोरगी झिपऱ्या उडवत मातीत खेळत होती. एक काळं कुत्रं शेपटी चावत उन्हाला पडलं होतं.

व्हिकफिल्डची कारभारीण पेटाऱ्यात अंडी भरत होती. तिच्याशी आम्ही बोलतो आहोत, तोवर दोन्ही हातात अंड्यानं भरलेल्या दोन तारेच्या बादल्या वागवत बॉक्सरसारखा दिसणारा, अर्ध्या बाह्यांचा शर्ट आणि मळकट अर्धी चड्डी घातलेला व्हिकफिल्ड आला आणि म्हणाला, "मी काम करता करताच तुम्हाला माहिती सांगतो. चालेल ना?"

पत्र्याच्या शेडमधून दोन्ही अंगांना तारेचे पिंजरे ओळीनं ठेवून व्हिकफिल्डनं चार हजार कोंबड्या पाळल्या होत्या. कमरेइतक्या उंचीवर लावलेले हे पिंजरे फार सोईचे होते. एका-एका पिंजऱ्यात दोन-दोन कोंबड्या होत्या. तारेतून मुंडी बाहेर काढून त्या समारेच्या पन्हाळीत पसरलेलं तयार अन्न खात आणि दिवसाला दोन अंडी घालत. उतरत्या पिंजऱ्यांच्या तळाशी घातलेली ही अंडी घरंगळत येऊन, बाहेरच्या पन्हाळीत जमा होत. कोंबड्यांच्या डोक्यावरून पाण्याच्या नळ्या नेल्या होत्या. त्यांना लहान तोट्या होत्या. टोच मारल्यावर त्या तोटीतून पाण्याचा थेंब कोंबडीच्या चोचीत पडे, एरवी नाही.

दिवसाला दोन अंडी एक कोंबडी कशी काय देते बुवा, असं मी विचाल्यावर व्हिकफिल्ड म्हणाला, "कधी कधी दोन कोंबड्या पाच दिवसात चौदा अंडीसुद्धा देतात." आम्ही गेलो तेव्हा, सगळ्या पन्हाळी अंड्यांनी भरलेल्या होत्या. बऱ्याच कोंबड्यांनी दोन-दोन अंडी घातलेली मी पाहिली.

ह्या चार हजार कोंबड्यांची देखभाल एकटा व्हिकफिल्ड करत होता. चाकर माणूस कोणी नव्हतं. रोज सोळाशे अंडी तो गोळा करी आणि या उद्योगावर त्याला वर्षाचा नफा जवळजवळ दोन हजार आठशे पौंड मिळे!

अबू फार बारकाईनं माहिती घेऊन ती टिपू लागला, तेव्हा मी आणि किथ बाहेर सटकलो.

रानात उभा राहून गप्पा मारता मारता किथ म्हणाला, "जमिनीखालचं पाणी कसं ओळखावं, हे तुला माहीत आहे का?"

"नाही बुवा, काही ठोकताळे आहेत, पण ते ठोकताळेच."

"मी तुला इथली पद्धत दाखवतो. थांब."

मग इकडे-तिकडे धुंडून किथनं कोंबड्यांच्या पिंजऱ्याला वापरून राहिलेल्या तारेचा एक वावभर तुकडा मिळवला. एका टोकाशी तो वितभर असा वाकवून काटकोन केला. तारेचा आकार हातात घ्यायच्या काठीसारखा झाला म्हणाना. फक्त मुठीचा आकडा नाही, तर मूठ धरण्यापुरता वाकवलेला दीड वीत भाग.

दोन्ही हातांच्या सैल पकडीत त्यानं तारेचा वाकलेला भाग धरला. तार थेट समोर आली.

किथ म्हणाला, "ही तार अशी धरून रानातून हळूहळू चालायचं. जिथं पाण्याचा प्रवाह असेल, तिथे काटा झुकावा, तशी तार त्या दिशेनं झुकते. बघ आता. आपल्या उजवीकडे विहीर आहे. तिच्या सरळ रेषेत आली की, तार वाकडी झुकू लागेल."

मी बघत राहिलो. किथ हळूहळू चालू लागला आणि विहिरीच्या सरळ रेषेत तो जेव्हा पोचला, तेव्हा खरंच तार बाजूला झुकली.

खरंखोटं आपणच बघावं, म्हणून मी तार हातात घेऊन चालत राहिलो आणि विहिरीच्या खाली पोचताच डाव्या बाजूला तार वळवली.

मी विचारलं, "याचं शास्त्रीय कारण काय?"

किथ बोलला, "मला माहिती नाही. पण ह्या प्रकारानं पाणी कळतं हे खरं. जमिनीखाली असलेलं पाण्याचे पाईप शोधून काढायचे झाले, तरी तारेचा उपयोग होतो."

ही तार साधारण सहा फूट लांब होती आणि हातानं सहज वाकवता येईल, एवढी जाड होती. मी पुन्हा पुन्हा चालून पाहिलं आणि प्रत्येक वेळी तारेनं दिशा दाखवली.

किथनं आणखी खुलासा केला, "अशा तारा दोन्ही मुठीत धरून चाललं की, पाण्याच्या जागी पोचताच त्यांची फुली होते, त्या जागी खूण करावी. पुन्हा तारा धरून चालावं, पुन्हा जिथं फुली करतील, तिथे खूण करावी. या दोन खुणांमधलं अंतर मोजावं. ते जितकं असेल, तितकं हे पाणी पहिल्या फुलीच्या जागी खोल असतं!"

आपल्या देशात परत गेल्यावर हा प्रयोग करून पाहायचा, असं ठरवून मी अबूला बघायला गेलो. त्यानं बरीच माहिती लिहून घेतली होती.

मग व्हिकफिल्डच्या स्वयंपाकघरातील टेबलाभोवती बसून आम्ही चहा-बिस्किटं खात गप्पा मारल्या. ऑस्ट्रेलियासंबंधी किती तरी नवी माहिती मला मिळाली. शंभरामागं अठ्ठावीस माणसं इथं उद्योगधंद्यात आहेत. फक्त सोळा शेती करतात.

आठवड्याचा कमीत कमी रोजगार आठ पौंड आहे. आठवड्यात चाळीस तासच काम करावं लागतं. आणि जॅक हा मास्टरइतकाच महत्त्वाचा मानला जातो.

शंभरातील साठ लोकांची स्वत:ची घरं आहेत. दर तीन ऑस्ट्रेलियन माणसांमागे एक असं मोटारचं प्रमाण आहे. पुरुषांना वयाच्या पासष्ट वर्षांनंतर आणि बायकांना साठनंतर 'एज पेन्शन', मिळतं. विधवा बाईलाही पन्नाशीनंतर पेन्शन मिळतं. सोळा वर्षांच्या आतल्या मुलाला नीट वाढवता यावं, म्हणून आई-बापांना खर्च दिला जातो. मुलांना सहा वर्षांपासून चौदा वर्षांपर्यंतचं शालेय शिक्षण फुकट आहे. बरंच बोलून झाल्यावर व्हिकफिल्डनं विचारलं, ''तुला राग येणार नसेल, तर मी एक प्रश्न विचारतो –''

''विचार ना –''

''भारतात भुकेमुळे लोक रस्त्यावर मरून पडतात, हे खरं का?''

समृद्ध देशातल्या त्या सुखी शेतकऱ्यानं विचारलेला हा प्रश्न ऐकून मी थोडा वेळ गप्प झालो आणि म्हणालो, ''तुम्हाला कुणी तरी राईचा पर्वत करून सांगितलेला दिसतो. आम्ही पुरेसं अन्नधान्य पिकवू शकत नाही हे खरं, लोकांना अर्धपोटी राबावं लागतं, हेही खरं; पण रस्तोरस्ती भूकबळी पडतात, हे आता खरं नाही.''

मी असं म्हणालो खरं, पण ऑस्ट्रेलियातील शेतकऱ्यांचा तो प्रश्न ऐकून माझं मन फार उदास झालं.

■

| नऊ |

दुपारी साडेचारच्या सुमाराला मी ब्रिस्बेनच्या विमानतळावर गेलो, तेव्हा आभाळ कुंद झालं होतं. झिरीमिरी पाऊस पडत होता.

सिडनीहून उतारू घेऊन विमान आलं. त्याच्या पाठोपाठ लगेच मेलबोर्नहून दुसरं आलं. दोन्हीही विमानातून उतारू उतरू लागले आणि इकडे आपल्या माणसांना घ्यायला स्त्री-पुरुषांचा रंगीबेरंगी मेळावा कठड्याशी लागून वाट पाहत होता, तो वाऱ्यानं फुलांचा ताटवा हलावा, तसा हलू लागला. गोरे-गोरे हात वर झाले, चिमुकले रुमाल फडकले. लाल चुंबनं हवेत उडवली गेली. सिडनी आणि मेलबोर्नहून आलेले उतारू, खाली माना करून कपडे सावरत पावसातून येऊ लागले. तशी हवाई पऱ्यांची धांदल उडाली. छत्र्या घेऊन त्या उतारूंना आडव्या गेल्या, आपल्या छत्रीत घेऊन विमानतळाकडे येऊ लागल्या.

उतारू आत येताच बायकांनी चिवचिवाट केला. मिठ्या पडल्या. चुंबनं वाजली. कोणी कोणाचे मऊ हात हातात घेतले, कोणी कोणाच्या कमरेभोवती चांदण्यांचे हात टाकले. संभाषणाची एक जलद गत वाजली, एखाद्या वाद्यमेळावर वाजावी तशी. आणि ब्रिस्बेनच्या दिशेनं अनेक मोटरी एका पाठोपाठ निघून गेल्या.

हा सगळा प्रकार पाहत मी 'आम्हाला तेवढं नाही ना', अशा चेहऱ्यानं उभा होतो. तेवढ्यात केन्सला जाणाऱ्या उतारूंसाठी पुकारा झाला. पावसातून भिजत मी विमानात चढलो आणि जागी जाऊन बसलो. बाहेर पाऊस पडतच होता. गोल खिडकीच्या काचेवर पाण्याचे थेंब चिकटून राहिले होते.

विमानानं वेग घेतल्यावर कोचवरचे थेंब मासे होऊन सुळकन दुसऱ्या टोकाशी गेले. काळे ढग मागं टाकून लवकरच विमान स्वच्छ हवेत आलं. छान कोवळं ऊन पडलं होतं आणि खाली आलेल्या पांढऱ्याफेक ढगांच्या ढिगाऱ्यावरून आम्ही केन्सच्या दिशेनं चाललो होतो.

हवाई पऱ्यांनी मद्याचे पेले फिरवले, तेव्हा खाली

सागराचं निळं पाणी होतं. नाना सोंग घेऊन ढग उभे होते. संध्याकाळ होत होती. काचेला नाक लावून मी मावळतीचे रंग पाहत होतो. मन कसं फुलून आलं होतं. कसं प्रसन्न वाटत होतं. हा प्रवास कधीच संपू नये आणि हे रंग कधीच नाहीसे होऊ नयेत, असं वाटत होतं; पण सुरेख संध्याकाळ फार लवकर नाहीशी झाली.

दिवेलागणीच्या सुमारास विमान टाऊन्सविलला थांबलं. मी खाली उतरताच पुण्यातल्या एप्रिल महिन्याचा वास आला. नाक वर करून मी तो छातीत भरून घेतला आणि असा वास मला आतापर्यंत इतरत्र कुठं आला नव्हता.

टाऊन्सविलचा निळ्यातांबड्या दिव्यांनी लखलखणारा विमानतळ सुटला. नऊला दहा मिनिटं कमी असताना केन्सचा शांत विमानतळ आला.

केन्सच्या रेडिओ केंद्रावरचा रुरल ऑफिसर लंबाटा बॉब लोगन, लांब टांगा टाकत आला. आणि आपल्या छोट्या गाडीत घालून मला गावात घेऊन आला. चाळीशी गाठत आलेला बॉब शेतकऱ्याचा मुलगा होता आणि अजून मोकळाच राहिला होता. (थोडी ओळख झाल्यावर मी कारण विचारलं, तर तो म्हणाला, 'मला लग्न करावं, अशी पोरगीच अजून सापडली नाही.') एक्स्प्लान्ड हॉटेलच्या तिसऱ्या मजल्यावर त्याची लहानशी खोली होती. माझा हॉटेलचा खर्च वाचावा आणि त्या पैशातून काही पुस्तकं आणि बायकामुलांना भेटी घेता याव्यात, म्हणून त्यानं हॉटेलवालीशी रदबदली करून माझ्यासाठी एक लहानशी खाट आपल्याच खोलीत घालून घेतली. मालकीणबाई इंग्लिश होत्या आणि कधी काळी भारतात राहून आल्या होत्या. गुलाबजाम हा पदार्थ आपण खाल्ल्याचं सांगून त्या म्हणाल्या, "तुम्हाला म्हणून ही सवलत देत्येय. एरवी बॉबचं म्हणणं मी मुळीच मानलं नसतं."

माझं जेवण विमानातच झालं होतं. (ऑस्ट्रेलियन लोक, जैनांप्रमाणे सूर्य मावळण्यापूर्वी जेवतात.) थोडा वेळ इकडचं तिकडचं बोलून, 'भगवाना!' म्हणून मी खाटेवर अंग टाकलं.

पहाटे लवकर जागे झालो, तेव्हा पहाटेच्या गार हिरव्या उजेडानं खोली भरून गेली होती. मला अनोळखी अशी पाखरं बाहेर भूपाळ्या म्हणत होती. ऑस्ट्रेलियात आल्यापासून अशी सुरेख जाग मला कधीच आली नव्हती. अशी शांत पहाट आणि अशी सुरेख गाणारी पाखरं मला कधी भेटलीच नव्हती. बॉबची झोपमोड होऊ नये, अशा बेतानं मी अंथरुणातून उठलो आणि बाहेरच्या गॅलरीत येऊन उभा राहिलो. खालून आडवा रस्ता गेलेला होता आणि त्यापलीकडे ओळीनं हिरवीगार झाडं उभी होती. त्यापलीकडे समुद्राचं निळं-निळं पाणी होतं. आणि त्यापलीकडे दूरवर धुक्यात गुरफटलेल्या टेकड्या होत्या.

दिशा उजळत होत्या. पाखरं गात होती. निळं पाणी लहरा मारत होतं. प्रवासी

लोकांची 'मक्का' समजल्या जाणाऱ्या केन्समधली माझी पहिली सकाळ किती सुंदर होती!

मग बॉब उठला. उठल्या उठल्या त्यानं चहाची किटली उकळली. हा आता दुधाची काय व्यवस्था करणार, म्हणून मी विचार करतो आहे, तोवर त्यानं एक टुथपेस्टसारखी ट्यूब माझ्या कपात पिळली आणि चहा तयार केला.

चहा पिताना माझ्या मनात विचार आला, ऑस्ट्रेलियन लोक हुशार खरे. पुढंमागं ते तयार चहाच्याही ट्युबा तयार करतील. ट्यूब पिळून त्यात गरम पाणी ओतलं, की चहा तयार!

बॉब म्हणाला, "आपण न्याहारी करू आणि कामाला लागू."

मी ऑस्ट्रेलियाच्या न्याहारीचा धसका घेतला होता. उठल्यासुटल्या तळलेली अंडी, तव्यावर परतलेलं गुरांचं मांस, तळलेले मासे, बटाट्याचे तळलेले काप, ब्रेडलोणी, दूधपोहे, खीर, फळांचा रस, फळं, कॉफी असले पदार्थ किती आणि काय काय म्हणून खायचं?

मी चेहरा पाडून म्हणालो, "बॉब, मला असल्या न्याहारीची मुळीच सवय नाही. या बाबतीत मला सूट मिळेल तर बरं!"

"मग तुला न्याहारीच नको?"

"मुळीच नको, असं नाही. दुधाचा एक पेला, टोस्टचे दोन तुकडे, लोणी आणि फळाची एखादी फोड पुरे!"

माझी ही मागणी ऐकून मालकीणबाईंना फारच विस्मय वाटला. त्यांनी खांदे उडवले, दोन्ही बगलेला दोन्ही हात पसरले आणि ओठ मुरडले.

"मग तुझ्याकडून मी इतके पैसे घेणार नाही, फक्त सोळा शिलिंग! पण बॉबला तुझ्यासारखं करून भागणार नाही. तो शेतकरी आहे. शेतकऱ्याला भरपूर न्याहारी लागते –"

यावर वाईट चेहरा करून मी म्हणालो, "मादाम, मी शेतकरी नाही. शेतकऱ्यांसाठी रेडिओ कार्यक्रम आखणारा चाकरमान्या आहे."

मग मालकीणबाईंनी माझी न्याहारी पाठवली. दुधाच्या पेल्याचा आकार बेतशीर होता, पण त्यांनी पाठवलेला टोस्टचा ढीग संपवता संपवता मी बेजार झालो.

ट्रिनिटी उपसागराच्या किनाऱ्यालगत वसलेलं केन्स हे सुरेख गाव ब्रिस्टेनपासून हजार एक मैल दूर आहे. दूध, अननस, बिअर यांची लयलूट असलेल्या ह्या गावातील मध्यवर्ती वस्ती सोडली, तर बाहेरची घरं जमिनीवर नव्हती, माळ्यावर होती. शेत राखणीचा माळा फार उंच असतो. ही घरं एवढी उंच नव्हती. लाकडाचे प्रचंड ओंडके जमिनीत उभे पुरून, चार-पाच फूट उंचीवर केलेल्या लाकडी माळ्यावर ही लाकडी घरं उभी होती. वर पत्र्याची छपरं होती आणि ही सुंदर

आकाराची छपरं सुरेख रंगवली होती. लाल, हिरवी, पिवळी, जांभळी. लाकडी शिडीच्या पायऱ्या चढून वर जायचं, मग उंबरा. रस्त्यातून जाताना मान वर करून बघितलं की, दाराशी हवा खात बसलेल्या बायका दिसायच्या.

माळ्याखाली मोटारगाड्या, अवजारं ठेवलेली दिसायची.

केन्सच्या आसपास उसाची हिरवीगार आणि मोठमोठी रानं होती, सुसरी असलेल्या नद्या होत्या. डोंगरांच्या रांगा होत्या. त्या पलीकडे पठारावर तांबड्या, काळ्या रंगांची पिकाऊ जमीन होती. आणि त्यापलीकडे उंच उंच वृक्षांनी काळोखी आणलेलं जंगल होतं.

सरता नोव्हेंबर महिना होता आणि गुलमोहराची झाडं फुलोऱ्यानं तांबडी-लाल झाली होती. चाफा, घाणेरी, शंकेश्वर ही आपली मंडळी तिकडे केव्हा गेली कोण जाणे; पण ती सगळी सुरेख फुलली होती. मेलबोर्नला दिसणारे, कावळ्याचे भाऊबंद मेगपाय पक्षी इथं दिसत नव्हते. इथली पाखरं सुरेख गात होती. इथले पोपट पंचरंगी होते. बरोबर टेपरेकॉर्डर घेऊन बॉब आणि मी बाहेर पडलो. केन्सच्या ऊस संशोधन केंद्रावर गेलो. तिथे कोणी गिलबर्ट नावाचा अधिकारी मोठा हुशार होता. त्याची मुलाखत घ्यावी आणि उद्या सकाळचा रेडिओ कार्यक्रम भरून काढावा, असा बॉबचा हेतू होता. जागोजाग मेळावे भरवूनच शेतकऱ्यांच्या, शेतकीतज्ज्ञांच्या मुलाखती गोळा करून त्या कार्यक्रमात देणं, हे रुरल ऑफिसरचं महत्त्वाचं काम असतं.

गिली हा माणूस मोठा कठीण आहे. मुलाखतीसाठी तो बधायचा नाही, असं बॉबला वाटत होतं. अधिकाऱ्यानं थोडं मोकळं व्हावं आणि बोलावं, यासाठी बिअरचे एक-दोन ग्लास घ्यावेत, असाही विचार त्यानं मला बोलून दाखवला.

आम्ही गिलबर्टसाहेबांच्या कचेरीत गेलो. तेव्हा आपलं मोठं पोट घेऊन तो खुर्चीत बसला होता. टकल्या, गिड्डा, जाड चाळीशी लावलेला, साठी गाठत आलेला आणि बोलायला मोठा गमत्या. त्याच्या मोठ्या टेबलावर कागदांचा पसारा होता आणि एक भली मोठी अर्धवट संपलेली रमची बाटली होती! ती पाहून मी आणि बॉबनं फक्त एकमेकांकडे पाहिलं.

माझी ओळख वगैरे करून दिल्यावर गिलबर्टसाहेबानं मला केंद्र फिरून दाखवलं, पण बॉबला मुलाखत दिली नाही. 'पुन्हा केव्हा तरी', असं म्हणून त्यानं बॉबची विनंती अंगाआड टाकली; पण त्या बापड्याला उद्या सकाळचा कार्यक्रम करायचा होता. तेव्हा नाइलाजानं, दुसऱ्या एका दुय्यम साहेबाची मुलाखत त्यानं रेकॉर्ड केली. हा साहेबही बोलताना चाचरत होता. आमच्याकडच्या शेतकी साहेबांसारखाच टंगळमंगळ करत होता, हे बघून मला बरं वाटलं.

मग गिलबर्टनी विचारलं, "तुला डॉनसिंगला भेटायचं आहे का? मी घेऊन जाईन त्याच्याकडे. तो तुझ्या देशातला आहे. चार पैसे बाळगून आहे, चांगला

शेतकरी आहे.''

मी म्हणालो, ''जाऊ या.''

लगेच साहेबानं डॉनसिंगला फोन केला आणि वीस एक मिनिटांनी आम्ही डॉनसिंगच्या मळ्यावर पोचलो.

हा डॉन म्हणजे पंजाबी ग्यान होता. ऑस्ट्रेलियात मला भेटलेला पहिला हिंदी माणूस. शंभर वर्षांपूर्वी त्याचा बाप इकडे उसाची लागवड करणारा शेतमजूर म्हणून आला. जेव्हा आमची 'व्हाइट ऑस्ट्रेलिया पॉलिसी' नव्हती. काळ्या माणसांना तेव्हा ऑस्ट्रेलियात येऊ दिलं जात असे आणि राहू दिलं जात असे.

डॉननं आमचं छान आगतस्वागत केलं. खाऊ-पिऊ घातलं... बोलता बोलता मध्येच तो म्हणाला, ''साब, हिंदुस्थानी आती है?''

मी म्हणालो, ''जरूर, क्यू नहीं? यह तो अपनी राष्ट्रभाषा हैं, ग्यानसिंग!''

डॉनचा चेहरा एकदम उजळला. तो म्हणाला, ''मला तिकडचं कोणी आलं, की फार आनंद होतो. पण हे साहेब पाहुण्याला अगदी थोडा वेळ घेऊन येतात. घंटा दोन घंट्यानं भूक भागत नाही. चार दिवस माझ्या घरी राहिलं पाहिजे.''

मला त्यानं मला आपली 'गन्ने की खेती' दाखवली. शंभर एकर रान, अद्ययावत यंत्रसामग्री, सगळं टापटीप होतं. रानातलं घर म्हणजे सुरेख बंगला होता. फोन, फ्रीज असल्या सगळ्या सुखसोयी होत्या, गाड्या होत्या.

बंगल्यापुढचं 'इमली'चं झाड त्यानं मला कौतुकानं दाखवलं. पन्नाशीच्या पुढे गेलेल्या डॉननं बहुधा ऑस्ट्रेलियन बाईशी लग्न केलं असावं. बाई दिसल्या नाहीत, पण डॉनचा पोरगा होता तो पुरा ऑस्ट्रेलियन वाटत होता. ग्यानसिंगाचे दोन भाचे काही वर्षांपूर्वी भारतातून आले होते. आम्हा दोघांना हिंदीतून बोलताना पाहून त्या पोरांना मजा वाटत होती. काही न बोलता ते आपले हसऱ्या चेहऱ्यानं नुसतं ऐकत होते.

शेवटी डॉन म्हणाला, ''साब, आपण लोक इंग्रजीसाठी लढाईवर गेलो. त्याच्या शत्रूला आपला शत्रू मानून छातीवर गोळ्या झेलल्या; पण आमच्या ह्या सच्चाईचा काय फायदा, तर ही व्हाईट ऑस्ट्रेलिया पॉलिसी! हमें जहर जैसी लगती है! हे माझे भाचे, शेतकामासाठी देशाकडनं आणले. इथं कामाला माणसं मिळत नाहीत म्हणून. आता ते वयात आले. त्यांची लग्न करावी म्हटलं, तर बायका इकडे आणायला सरकार परवानगी देत नाहीत इथलं.''

डॉन मधूनच माझ्याशी हिंदीतून बोले आणि एरवी मजेशीर हेल असलेल्या फाकड्या इंग्रजीतून बोले. दोन्हीही साहेब ऐकत होते. पुष्कळ वादविवाद झाला.

गिलबर्ट साहेब म्हणाला, ''डॉन, व्हाईट ऑस्ट्रेलिया पॉलिसीचा अर्थ आम्ही काळ्या लोकांना दूर ठेवू इच्छितो, असा नाही बाबा. आम्हाला काळे-गोरे हा झगडा

या देशात नको, म्हणून आम्ही आपले सांभाळून आहोत इतकंच. तू इतके दिवस इथं आहेस, तुला कोणी कधी काळा म्हणून कमी मानलं आहे का? नाही ना? मग?''

पण ग्यानसिंगला काही पटलं नाही. त्याचे भाचे वयात आलेले असून मोकळे राहिलेत. याचा अर्थ काय?

मग आम्ही डॉनसिंगचा निरोप घेऊन निघालो. बाहेर पडल्यावर गिलबर्ट साहेब म्हणाला, ''डॉन इंडियन कसला? तो आता ऑस्ट्रेलियनच झाला आहे. त्याला शेतकऱ्यांत, समाजात फार मान आहे. फार उमदा शेतकरी आहे!''

केन्सच्या शेतकी अधिकाऱ्याच्या गाडीतून मी आजूबाजूला खूप हिंडलो. डोंगर ओलांडून पठाराकडे जाताना रस्त्याच्या डाव्या-उजव्या बाजूंना चमत्कारिक झाडं दिसली. हात-दोन हात बुटकी आणि डोक्यावर गवताच्या झिंज्या असलेली.

मी विचारलं, ''ही कसली झाडं हो?''

शेतकी अधिकारी म्हणाला, ''दे आर कॉल्ड ग्रास ट्रीज ऑर ब्लॅक बॉइज. वन ऑफ द स्ट्रन्जेस्ट मेंबर्स ऑफ लिली फॅमिली.''

अशा प्रकारच्या सोळा वेगवेगळ्या जाती ऑस्ट्रेलियात आहेत. ह्या खुज्या झाडांच्या झिंज्यांमधून कधीकधी दहा-बारा फूट उंचीचं कणीस उभं राहिलेलं दिसतं... पानकणसासारखं. पश्चिम ऑस्ट्रेलियात असल्या एका जातीचं झाड इतकं सावकाश वाढतं की, दहा फूट उंचीचं झाड एक हजार वर्षं वयाचं असतं!

आजूबाजूला उभ्या असलेल्या ह्या मंडळींच्या वयाला दोनशेदोनशे वर्षं तरी झाली असावीत, असा कयास मनाशी करून मी त्यांच्याकडे आदरानं पाहात राहिलो.

रस्त्याच्या दोन्ही बाजूला ही वडील मंडळी उभी होती आणि जागोजाग लालमातीचे मोठे बुडबुडे जमिनीतून वर आले होते. ही म्हणे वारुळं! ऑस्ट्रेलियातल्या मुंग्यासुद्धा बांधकामशास्त्रात फार पुढारलेल्या. त्यांनी स्तुपाच्या आकाराची प्रचंड वारुळं वीस-वीस पावलांवर बांधली होती. झिंज्यापकडू बुटक्या झाडांचं बन आणि ही फुगीर वारुळं पाहून आपण अज्ञात प्रदेशात हिंडणारे धाडसी प्रवासी आहोत, असं मला वाटू लागलं.

मग सुरेख काळं-तांबडं रान लागलं. तंबाखूची लागवड दिसली. तंबाखूचा मालक आपल्या रानावरून विमानानं उडत होता. जगात मिळणाऱ्या तंबाखूपैकी बारा टक्के तंबाखू ऑस्ट्रेलियात पिकते. तो सगळा हा एकटाच बहाद्दर पिकवत असावा, असं मला वाटलं!

वाटेत बॉब नावाच्या शेतकऱ्याच्या वस्तीवर गेलो. कांदे, बटाटे आणि मका पिकवणारा बॉब तीन हजार एकरांचा धनी होता. आम्ही गेलो, तेव्हा आभाळाच्या त्या

टोकाला त्याचं यंत्र, तांबडा धुराळा उडवत उडवत मका पेरताना दिसला. बांधावर बराच वेळ उभं राहिल्यावर बॉब आणि त्याचं यंत्र आवाज करत धुराळा उडवत आलं. माहुतानं हत्ती थांबवावा, तसं यंत्र थांबवून बॉब खाली उतरला.

त्यानं मातीनं भरलेला हात हातात घेताच मला वाटलं, हा बॉब कसला, बुटका आणि अंगानं आडवा असा बाबू थोरातच हा.

"एका दिवसात किती पेरून होतं?" असं मी विचारताच, कागदात तंबाखू घालून सिगारेट वळत तो म्हणाला, "पन्नास एकर."

मग मी मनाशी म्हणालो, "हा बाबू थोरात कसला. हा बॉब डेव्हीलच!"

अथरटन टेबललँडवरून दिवसभर आम्ही काहीबाही पाहत हिंडलो. आंब्याच्या झाडांना कैऱ्या दिसल्या. एक ठिकाणी मिरचीचं भलं उंच एकच झाड दिसलं. मी गुपचूप मूठभर मिरच्या तोडून खिशात टाकल्या. तोंडाला फार अळणी आलं होतं. हॉटेलात जेवायला जाताना मिरच्या घेऊन जावं आणि जीभ पोळवावी, हा हिशेब. (उरलेल्या सबंध मुक्कामात हे तिखट मला पुरलं.)

रात्री अथरटन गावातल्या एका सुरेख हॉटेलात राहिलो. रानात फिरायला जाताना टायसुटाची कटकट कशाला, म्हणून मी अर्धी चड्डी, अर्ध्या बाह्यांचा शर्ट घालून आलो होतो. बरोबर टॉवेल आणि टूथब्रशखेरीज आणखी काही झेंगटं घेतलेली नव्हती, पण अथरटनचं हे हॉटेल भलतंच पॉश होतं. 'जेवण-घरात येताना सभ्य गृहस्थांनी कोट आणि टाय घालून जावं,' अशी पाटी वाचताच मी बाहेर सटकलो आणि रस्त्याकडेच्या एका ग्रीन कॅफेत खुंटावर बसून जेवून आलो.

मालकीणकाकूंना हा हिंदू माणूस जेवत नाही, याचं कारण धार्मिक असावं, असं वाटलं. त्यांनी पुन्हा पुन्हा बॉब लोगनला सांगितलं की, "तुझ्या मित्राला काय हवं, ते आम्ही मिळवून देऊ. त्यांना शाकाहारी जेवण करून त्यांच्या खोलीत पाठवून देऊ का?"

यावर बॉब गंभीर चेहऱ्यानं म्हणाला, "मला वाटतं त्याचा आज उपवास असावा. थँक्यू मादाम!"

यावर बाईनं मोठ्या कौतुकानं माझ्याकडे पाहिलं आणि म्हटलं, "मग काही हरकत नाही, हो!"

मी मांसमच्छर खाऊन भरल्या पोटानं काउंटरपाशी उभा होतो, तो चेहरा वळवून भिंतीवरची चित्रं पाहू लागलो.

सकाळी मालकीणबाईंनी दिलेली दूधफळं घेऊन मी आदल्या रात्रीचा उपवास सोडला आणि अथरटनही सोडलं. अमकी फॅक्टरी, तमका तलाव असं काहीबाही बघत, उंच-उंच झाडं, किर्र जंगल, वेडेवाकडे घाट, खोल दऱ्या, झुळझुळते झरे मागे टाकत भन्नाट परत आलो.

रात्री अंथरुणावर अंग टाकल्यावर किती तरी वेळ माझ्या डोक्यात मोटारींचा आवाज घरघरत होता. झाडंझुडं उलट्या दिशेनं पळत होती. अंगाखाली रस्ता सरसरत होता.

दुसऱ्या दिवशी सिटी आणि शायर कौन्सिलनं सन्मान्य पाहुणा म्हणून माझा पाहुणचार केला. हार्बर बोर्डच्या मालकीच्या लाँचमधून मला 'ग्रीन आयलंड'ला नेऊन, तिथली अंडरवॉटर ऑब्झर्वेटरी दाखवावी, असं फर्मान सुटलं.

केन्सपासून सोळा मैल असलेल्या ह्या सुंदर बेटाकडे मी निघालो. तेव्हा उभ्या लाँचमध्ये मी एकटाच प्रवासी होतो. बॉब लोगन पाठराखणी होता.

माणदेशात जन्म झाल्यामुळे वयाच्या विसाव्या वर्षापर्यंत मी दर्या पाहिला नव्हता, मग पाण्यातला प्रवास कुठला? निळ्याभोर दर्यातून लाँच ग्रीन आयलंडकडे जाऊ लागली, तेव्हा चाक मारणारा नाकेला कपितान माझ्याकडे बघून म्हणाला, "यू आर द सेकंड इंडियन, दॅट आय एम कॅरिंग इन धिस लाँच टु ग्रीन आयलंड!"

मी विचारलं, "ॲम आय? मे आय नो, प्लीज हू वॉज द फर्स्ट फॉर्च्युनेट वन?"

कपितान बोलला, "जनरल करिअप्पा."

मी सावरून बसलो.

कपितान पुढे म्हणाला, "आय रेकन, ही इज ए मायटी मॅन."

मी भुवया चढवून आणि मान झुकवून म्हणालो, "माय वर्ड –"

"अहो, थोडा वेळ इकडचं तिकडचं बोलल्यावर तुमचे करिअप्पा म्हणाले, 'मी आता थोडीशी झोप घेतो.' आणि (इथं कपितानानं चाक सोडून टाळी वाजवली.)

असे झोपी गेले. किती? दहा एक मिनिटं. पुन्हा जागे झाले आणि बोलू लागले. मी विचारलं, 'अशी हुकमी झोप कशी काय घेता येते?' तर म्हणाले, 'तशी मी तिला शिस्त लावली आहे.' धन्य आहे!"

थोड्याच वेळात बोट हलू लागली आणि मला पेंग आली. बॉब कपितानाकडून चाक कसं फिरवायचं, हे समजून घेत होता. तंगड्या फसकटून उभ्या राहिल्या राहिल्या डाव्या उजव्या बाजूला कलंडत होता. चाक हाणत होता. मला बोलावत होता, पण पाळण्यातल्या पोरासारखी मला गुरुगुरु झोपच आली. मागल्या फळीला पाठीचा टेका देऊन मी बसल्या बसल्याच घोरू लागलो.

बऱ्याच वेळानं 'ग्रीन आयलंड' आलं. तीस एकरांचं ते लहानसं प्रवाळ बेट झाडाझुडुपांनी हिरवंगार दिसत होतं. आजूबाजूला निळंभोर पाणी, उन्हात चमकणारा सफेत वाळूचा किनारा, रंगीबेरंगी छोटी-छोटी घरं आणि इकडून तिकडून धावणारी, पाण्यात डुंबणारी, वाळूत लोळणारी गुलहौशी जोडपी, त्यांची नितळ उघडी अंगं, स्वच्छ, मोकळं हसणं, बोलणं... परिकथेतील राजपुत्रासारखा मी या पाण्यातल्या

ग्रहावर उतरलो.

मऊ वाळूत पाय रोवत हिंडलो. गार सावलीत उभा राहिलो. समुद्रावरचा खारा वारा हुंगला. गर्द झाडीतून भरारणारी पाखरं पाहिली. बॉबला चुकवून झाडीत शिरलो. थंड बुंध्याला विळखा घालून उगीच उभा राहिलो. उत्तम कविता वाचली, चित्रपटातला उत्तम प्रसंग पाहिला, कुणी लिहिलेला सुंदर प्रसंग वाचला की, डोळ्याला पाणी येतं, तसं झालं. समोर क्षितिजापर्यंत पसरलेल्या सागराकडे बघत मी किती तरी वेळ उभा राहिलो.

बेटाच्या एका अंगाला पाण्यातला बराच भाग उघडा पडला होता. पाऊल बुडेल, एवढ्या पाण्यातून हिंडून मी आणि बॉबनं नाजूक प्रवाळ झेले गोळा केले. विविध आकारांचे प्रवाळ सापडत होते. एकापेक्षा दुसरं अधिक सुंदर, शिंपल्या वेचणाऱ्या पोरांसारखी आमची धांदल उडाली.

आम्हाला अजून जेवायचं होतं. तीही सोय हार्बर बोर्डातर्फे झाली होती. दुपारचे दोन वाजून गेल्यामुळे हॉटेलात कोणी नव्हतं. बॉबनं तिकीट दाखवताच बाई म्हणाल्या, ''तुम्हाला थोडा वेळ थांबावं लागेल हं!''

बॉब आणि मी टाळ्या वाजवत टेबलापाशी बसून राहिलो.

हॉटेलच्या खिडक्यांतून नाना रंगांचे शिंपले, सुरेख रंग दिलेले प्रवाळ झेले ठेवले होते. पेंढा भरलेल्या सुसरीही होत्या.

मी विचारलं, ''बॉब, सुसरीच्या शिकारीचं काय झालं?''

बॉब वाईट चेहरा करून म्हणाला, ''हो, मला सिडनीहून जे.डी.नी तसं लिहिलं होतं, पण मी नुकताच इथं बदलून आलोय. माझे कुठं कॉन्टॅक्टस नाहीत. प्लीज जे.डी.ना सांगू नकोस हं. म्हणावं प्रयत्न केला, पण जमलं नाही.''

मी म्हणालो, ''बरं.''

'ग्रीन आयलंडला भेट' हे काही माझ्या कार्यक्रमात नव्हतं. तो योग अचानक जुळून आला होता. सुसरीच्या शिकारीवर पाणी सोडणं भाग होतं.

मी विचारलं, ''माझं मी शिकारीचं जमवायचं म्हटलं, तर फार खर्च येईल का?''

''हो. पुष्कळच येईल. तुला कसं शक्य आहे ते?''

''नाही ही गोष्ट खरी!''

झकास जेवून आम्ही बाहेर पडलो आणि पाण्याखालचं जग पाहण्यासाठी गेलो. बेटापासून ऑब्झर्वेटरीपर्यंत आलेला छोटासा लाकडी पूल पार करून गेल्यावर पाण्यानं झाकलेली लहानशी लाकडी खोली होती. या खोलीत शिरून आम्ही तीस-एक पायऱ्या उतरून, सोळा फूट पाण्याखाली गेलो. खाली सत्तर टन वजनाची, पोलादी चेंबर होती आणि तिला दोन्ही अंगाला मिळून बावीस गोल

खिडक्या होत्या. खिडकीच्या जाड काचेला नाक लावून पाहिलं की, पाण्यातलं अद्‌भुत जीवन दिसत होतं. प्रवाळाच्या बागा, नाना रंगांचे, नाना जातींचे मासे, समुद्रफुलं, लहानशा मुलाला आत बसवून न्हाऊ घालता येईल, एवढ्या प्रचंड शिंपा!

निळ्या पाण्यात वेलांची उधळण होती. रंगीबेरंगी प्रकारचे झेले डोलत होते. प्रचंड शिंपल्यांची तोंडं हलत होती. सारडीनसारख्या माशांच्या झुंडीच्या झुंडी येत होत्या आणि जात होत्या. अंगावर लाल पट्टे असलेले विदूषक जसे प्रवाळातून सावकाश हिंडत होते! किती रंगाचे, किती आकारांचे, किती जातींचे प्रवाळ होते!

पुष्कळशा खिडक्यांतून ताऱ्यांच्या आकाराचे CORAL POLYPSदिसत होते. पाण्याच्या झुळकाबरोबर ते धुगधुगत होते. आपल्या डोळ्यांना दिसणारं अन्न गोळा करत होते. या लहान जीवांनीच म्हणे सबंध क्वीन्सलँडच्या सागरकिनाऱ्यावर बाराशे मैल लांबीचा प्रवाळखडक निर्माण केला. ग्रेट बॅरिअर रीफ!

पाव टन वजनाचे आणि चार-सहा फूट लांबीचे शिंपले तोंड उघडत होते, मिटत होते. एवढे महाकाय शिंपले जगात इतरत्र कुठल्याही सागरात सापडत नाहीत. समुद्रतळाशी जाणाऱ्या माणसाला हे शिंपले पकडतात, गिळून टाकतात असा प्रवाद आहे; पण तसं प्रत्यक्ष घडल्याचं उदाहरण नाही.

तास-दीड तास रेंगाळून मी त्या बावीस खिडक्यांतून सागराचं ते वैभव पाहिलं आणि थक्क होऊन वर आलो.

ही पोलादी खोली पाण्यात बुडवावी आणि शास्त्रज्ञांबरोबर पोराबाळांनीसुद्धा निसर्गाचं हे कवतिक बघावं, ही कल्पना मुळात दोघा शिकाऱ्यांची. VINCE VLASOFF आणि LIOYAD GRIGG अशी त्यांची नावं. एक इंजिनियर होता. दुसरा नुसताच शिकारी होता. पण दोघंही नादी आणि कल्पक होते. या दोघांनी ही कल्पना लोकांपुढे मांडल्यावर त्यांना कोणी खुळ्यात काढलं नाही. बरं, यांनीही नुसत्याच वावड्या उडवत काळ काढला नाही. ते कामाला लागले, आणि लोकांकडून त्यांना सगळी मदत मिळाली. आपल्याला या कामात अपयश आलं, तर काय होईल, अशी भीती ऑस्ट्रेलियात कुणाला वाटत नसावी.

एखाद्यानं प्रयत्न केला आणि त्यात त्याला अपयश आलं, तर तिकडे लोक म्हणतात, "Well, good on him, he had a go."

पंचवीस फूट लांब, आठ फूट रुंद आणि सात फूट उंच, असं हे भांडं समुद्रात बुडवायची ही कल्पना, ह्या दोघा बहाद्दरांनी बारा महिन्यांत अंमलात आणली. केन्सला बांधलेलं हे धूड, समुद्रातून सात मैल आत कसं नेलं आणि कसं बुडवलं, हरी जाणे!

ते सुंदर बेट सोडून मी परत लाँचवर चढलो आणि केन्सच्या दिशेनं निघालो,

तेव्हा सागर थोडाफार खवळला होता. प्रचंड लाटा उठत होत्या. खाऱ्या पाण्याचे सपकारे आत येऊन अंग भिजवत होते. आमच्यापैकी कोणीच बोलत नव्हतं. बॉब पाय पसरून गप्प बसला होता. कपितान चाक मारत होता. त्याचा मदतनीसही गप्प बसला होता. मग मीही गोगलगाईसारखा हळूच आकसलो आणि आपल्या कवचात शिरलो.

चार दिवसांचा मुक्काम संपवून मी केन्सहून लाँगरीचला जाण्यासाठी निघालो, तेव्हा बॉबनं आपल्याजवळचा, ओपेलच्या खाणीतला एक सुरेख दगड मला दिला. काळपट, निळसर अशा या जाड कागदावर इंद्रधनुष्यासारखे नाना रंग असलेला ओपेलचा थर होता.

बॉब म्हणाला, ''केन्समधल्या मुक्कामाची आठवण हा रंगीत खडा तुला देईल!''

माझ्या लिहिण्याच्या टेबलावर हा दगड मी आता ठेवून दिला आहे. ∎

| दहा |

विमानानं रॉकहॅम्टन सोडलं. मी लाँगरीचच्या दिशेनं जाऊ लागलो. या लाँगरीचसंबंधी मी कितीतरी ऐकलं होतं. मेलबोर्नला असताना, ऑस्ट्रेलिन ब्रॉडकास्टिंग कमिशनच्या ग्रामीण कार्यक्रम विभागाचे प्रमुख संचालक जॉन डग्लस यांनी, आम्हा आठ जणांना आळीपाळीनं आपल्या खोलीत बोलावलं. प्रत्येकाच्या देशात कुठली पिकं होतात, ते विचारून घेतलं. पिकानुसार ऑस्ट्रेलियातील रेडिओ स्टेशनच्या कार्यक्रमांचा रंग बदलतो. आपल्याकडे भाषा विभागानुसार रेडिओ स्टेशन्स आहेत, तशी तिथे पिकांनुसार आहेत. ग्रामीण विभागात विखुरलेल्या ह्या लहान स्टेशनांचे कार्यक्रम कसे आखले जातात, कसे वठवले जातात, ही माहिती आम्हा आशियातील रेडिओवाल्यांना व्हावी, या उद्देशानं ठिकठिकाणी आमची पाठवणी होणार होती. सयाम, फिलिपाइन्स, सिलोन, मलाया या देशांतून आलेले रेडिओवाले एकामागून एक खोलीत गेले आणि बाहेर आले. शेवटी मी गेलो.

वयामुळे चेहऱ्यावर सुरकुत्यांचं जाळं पसरलेल्या निळ्या डोळ्यांच्या डग्लसनी मला पाहताच टाळी वाजवली आणि डोळे मिटून गमतीदार हसत मला विचारलं, ''हं, सांग आता मला. तुझ्या मुलखात कोणती पिकं होतात?''

यात टाळी वाजवण्यासारखं आणि हसण्यासारखं काही होतं का? पण म्हातारे डग्लस सारखं खुदुखुदु हसत असत.

महाराष्ट्रात होणाऱ्या पिकांची मी यादी सांगितली. ती लांबलचक यादी ऐकून घेत, डग्लस आपल्या सेक्रेटरीला सांगत होते :

''याला उसाच्या प्रांतात म्हणजे केन्सला पाठवला पाहिजे. गहू म्हणजे टॅमवर्थला गेलं पाहिजे यानं आणि मेंढरांसाठी लाँगरीचला....''

मला ही गावं मुळीच माहिती नव्हती.

यानंतर चार-आठ दिवस गेले. एका दिवसात उन्हाळा-पावसाळा-हिवाळा दाखवणाऱ्या मेलबोर्नमधला

आमचा मुक्काम संपत आला होता. इथून आता कॅनबरा या राजधानीच्या गावी जाणार होतो. तिथून सिडनीला आणि तिथे एक महिना राहिल्यावर मग पुढे तीन-एक आठवडे आमचा कळप फुटणार होता. प्रत्येक जण विशेष अभ्यासासाठी कुठंकुठं जाणार होता. कुठं जायचं हे मात्र कळलं नव्हतं. आमच्यासाठी डग्लसनी आखलेली फिरती शिक्षणखात्याकडून मंजूर होऊन यायची होती.

दरम्यान एके दिवशी रोजचा वर्ग संपल्यावर डग्लसनी बोटाचा आकडा दाखवून खूण केली. मी जवळ जाताच त्यांनी दंडाला धरून मला बाजूला केलं आणि खाजगी आवाजात सांगितलं, "तुझ्यासाठी मी झक्कास ट्रीप आखली आहे. तुला केन्सपर्यंत जायचं आहे आणि लाँगरीचलासुद्धा, तिथे बिल आहे. मोठा हुशार पोरगा आहे. तुला कांगारूंची शिकार दे, असं मी त्याला लिहिलं आहे. केन्सला तुला सुसरी मारता येतील. बॉब लोगन तिथे आहे. बरं का, तुझ्याइतकी चांगली ट्रिप कोणाच्या वाट्याला आली नाही."

केन्स, लाँगरीच या दोन्ही गावांचा मला पत्ता नव्हता; पण ती मेलबोर्नपासून खूप दूर असली पाहिजेत, असं मात्र वाटलं. मग मी भेटलेल्या ए.बी.सी.च्या अधिकाऱ्याला विचारू लागलो, "का हो, केन्स कुठं आहे?"

"खूप दूर. क्वीन्सलँडमध्ये. फार सुंदर प्रदेश आहे तो."

"आणि लाँगरीच?"

"लाँगरीच? बाप रे! इट इज द एण्ड ऑफ द वर्ल्ड."

"मला जायचं आहे लाँगरीचला."

"हो? मी नाही कधी गेलो. मजा येईल. जा तू."

मी बऱ्याच लोकांना विचारलं आणि ज्यानं त्यानं लाँगरीच म्हटल्यावर जे हावभाव केले, त्यांच्या चेहऱ्यावर जे भाव दिसले; ते पाहून माझी उत्सुकता फार वाढली. दुकानात जाऊन मी ऑस्ट्रेलियाचा दीड बार लांबीचा नकाशा विकत आणला आणि तो भुईवर पसरून पाहिला.

बापरे! उजव्या हाताला मेलबोर्न अगदी तळाशी होतं आणि केन्स होतं थेट वरच्या शेंड्याला. दोन-एक हजार मैलांचा प्रवास असावा. नकाशात दिलेल्या मार्गावरून मी नजर फिरवली. दक्षिण पॅसिफिक महासागराच्या किनाऱ्याला असलेल्या रॉकहॅम्प्टपासून ऑस्ट्रेलियाच्या पोटात शिरणारा विमानमार्ग धरून डावीकडे नजर घेतली, तेव्हा लाँगरीच दिसलं. सहा-सातशे मैल आत असावं.

नकाशाच्या पाठीमागं दिलेल्या माहितीवरून बोध झाला की, तीन-साडेतीन हजार वस्तीचं लाँगरीच हे लहानसं गाव आहे. तिथे वर्षभरात पंधरा इंचापेक्षा जास्ती पाऊस पडत नाही. कुठलंही पीक तिथे होत नाही. फक्त मांसासाठी गुरं आणि लोकरीसाठी मेंढरं तिथे वाढवली जातात.

रेडिओतल्या लोकांनीही लाँगरीचविषयी काहीबाही सांगितलं. मुख्य म्हणजे तिथे हजारोंनी कांगारू आहेत. मेंढरांसाठी वाढवलेली कुरणं खाऊन फस्त करणारी ही जात तिथे फार वाढली आहे. लोक रायफली घेऊन कांगारू मारतात आणि त्याचं मांस कुत्र्यांना खाऊ घालतात. ही माहिती ऐकून मात्र मी हरखून टूम झालो होतो.

ऑस्ट्रेलियात आल्यापासून जंगलात पायी भटकण्याची संधी मला मिळालीच नव्हती. लाँगरीचला गेल्यावर सगळं काम एका दिवसात उरकायचं आणि उरलेला वेळ खांद्यावर बंदूक टाकून जंगलात भटकायचं. झाडाच्या सावलीत झोपायचं. ओढ्याचं पाणी ओंजळीनं प्यायचं, कुकबरा पाखरांचं हसणं ऐकायचं. ऑस्ट्रेलियातील पंचरंगी पोपट बघायचे आणि पाय भेंडोळेपर्यंत रान तुडवायचं, असं मी मनाशी ठरवलं होतं.

रॉकहॅम्टन सोडून विमान जसजसं आत जाऊ लागलं, तसतसा खाली दिसणारा देखावा बदलू लागला. रख्ख उघडं बोडकं माळरान दिसू लागलं. भुंडे डोंगर, कावेच्या दरडी, बोराटी, नेपातीसारखी खुरटी झुडपं दिसू लागली. मध्येच कुठं तरी जमिनीच्या विटकरी रंगाचा आखीव तुकडा दिसे. कौलारू छपरांची वस्ती दिसे. वस्तीवरून निघून लांबवर असलेल्या पाण्याच्या चौरस टाक्यांना मिळणारी वाट दिसे. खडकात खोदून ती टाकी केलेली असावीत. माणूसवस्ती क्वचितच. एरवी मैलोगणती कोरडा ठणठणीत माळ. पाण्याचे सुकलेले ओघळ. रेताड पिवळट रान. कुठं कुठं चरणाऱ्या गुरांचे, मेंढरांचे ठिपके दिसत. सुपात मूठभर दाणे विखरावे तसे.

या विलक्षण मुलखात उतरावं आणि भटकावं, असं मला वाटलं. विमान (थोडंसं) नादुरुस्त होऊन इथं उतरलं; तर ऑस्ट्रेलियातील माळरानातले येमू पक्षी, नाना रंगांचे आणि जातींचे कांगारू, भल्या मोठ्या घोरपडी, असले विलक्षण प्राणी पाहायला मिळतील, असं वाटलं.

पण विमान नादुरुस्त झालं नाही. आडरानात उतरलंही नाही. मध्येच माळावर घार उतरावी, तसं विमान एके ठिकाणी उतरलं; पण ते विमानतळावर. आडरानावरला हा विमानतळ एसटी स्टँडसारखा होता. दोन-पाच माणसं, एखादा-दुसरा उतारू, बाकी शुकशुकाट.

तासाभरानं लाँगरीचला पोचलो. सकाळचे दहा-साडेदहा वाजले असावेत. डिसेंबर महिना असूनही ऊन मी म्हणत होतं. लाँगरीचच्या रेडिओवरचा व्यंकटेश माडगूळकर – बिल कार्डलिन – अर्ध्या बाह्यांचा शर्ट आणि अर्धी चड्डी घालून विमानतळावर आला होता. सिडनीला महिन्यापूर्वी मी त्याला सिडनी रेडिओच्या इमारतीच्या गच्चीवर झालेल्या पार्टीत भेटलो होतो, तेव्हा तो सुटाबुटात होता. त्यामुळे एकदम ओळख पटली नाही. माझ्या अंगावरचा गरम सूट या उन्हाळी वातावरणात वेंधळ्यासारखा दिसत होता. आजूबाजूचे सर्व लोक आखूड सुती

कपड्यांत होते. मी विचारलं, ''इथं उन्हाळा फार आहे नाही?''

बिल म्हणाला, ''हा काहीच नाही. खऱ्या उन्हाळ्यात अंडं फोडून फुटपाथवर टाकलं, तर आम्लेट होतं.''

सोळा-सतरा वर्षांच्या पोरासारखा लहान दिसणारा बिल घाईनं चालत चालत बोले. हा गडी रेडिओवर बोलतो, ते लोकांना कसं समजतं, असं मला त्याच्याशी बोलताना राहून राहून वाटे. (दुसऱ्या दिवशी सकाळी त्याला रेडिओवर ऐकला, तेव्हा आश्चर्य वाटलं. अगदी स्पष्ट आणि छान बोलत होता.)

विमानतळावरून गावात येताना मी बिलला सांगून टाकलं, ''हे पाहा, टॅमवर्थला, वॅगाला, केन्सला आणि ऑलबेरीला तुम्ही स्टेशनं कशी चालवता आणि कार्यक्रम कसा करता, हे मी पाहिलं आहे. माझी आता जाण्याची वेळ जवळ येऊन ठेपली आहे. आपण उद्या सगळं काम संपवू आणि पुन्हा सुट्टी घेऊन जंगलात जाऊ. मला कांगारूंची शिकार करायची आहे!''

यावर गडबड्या बिल म्हणाला, ''हो, हो. मला डग्लसनी तसं लिहिलं आहे. मला शिकारीतलं काही गम्य नाही; पण जिम आणि गोडिन माझे मित्र आहेत. ते तुला नेतील.''

''बघ बुवा. हे एवढं कलम जमव. शिकार नाही मिळाली, तरी दु:ख नाही; पण ऑस्ट्रेलियाच्या जंगलात न हिंडता परत जाणं खरं नाही. मला फार चुटपूट लागेल!''

लाँगरीच हे तीन-साडेतीन हजार वस्तीचं, पण आखीव घोटीव गाव होतं. उत्तम रस्ते, उत्तम घरं, दुकानं, हॉटेल्स होती. माणसं मात्र कमी. एवढा मोठा रस्ता, पण त्याच्यावर चालायला माणसंच नाहीत!

हॉलिडे होम नावाच्या हॉटेलात माझी उतरण्याची सोय केलेली होती. सामानसुमान लावून मी बाहेर पडावं, म्हणून दार लावू लागलो, तर कुलूप नव्हतं. इतर खोल्यांतील माणसंही बाहेर गेली होती, पण दाराला कुलूप कोणी लावलं नव्हतं. मी मॅनेजरला विचारलं, तर तो म्हणाला, ''कुलूप लावायची जरुरी नाही. तुमच्या वस्तू इथं जाणार नाहीत. हवंच असेल तर कुलूप देतो.''

इतकं बोलल्यावर कुलूप मागणं बरं दिसलं नसतं. मी दार ओढून घेऊन बाहेर पडलो. हिंडून फिरून आलो.

ऑस्ट्रेलियात आल्यापासून मी पहिल्यांदाच जेवणाच्या टेबलावर पाण्याचं भांडं ठेवलेलं पाहिलं. एरवी मेलबोर्नला किंवा सिडनीला हॉटेलात पाणी मागितलं की, वाढपी चमत्कारिक नजरेनं पाहत. मोठ्या बाटलीत ठेवलेलं पाणी आणून देत. जेवणात काही फरक नव्हता. तेच ग्रिल्ड स्टेक, सॉसेजिस, फ्राइड एग्ज – माती न् मसण! कंटाळून दुसरं खाणार तरी काय!

लाँगरीचला माझा सगळा मुक्काम तीन दिवसांचा. दोन दिवसांत सगळं काम

उरकलं. शेतीभाती पाहिली. शेतकऱ्यांशी बोललो. बाभळीची झाडं, कावळे बघून आश्चर्य वाटलं. एका शेतकऱ्यानं कावळा मारून मेंढवाड्यापुढच्या बाभळीला टांगला होता. ते बघून वाटलं की, शेतकरी हे इथून तिथून सारखेच. सगळं काम संपलं आणि रविवार उजाडला.

सकाळी येऊन बिलनं विचारलं, ''तुला बारबेक्यूला जायचं आहे का?''

'Barbecue' हा शब्द मीपूर्वी कधी ऐकला नव्हता.

''म्हणजे काय?''

''बारबेक्यू म्हणजे जंगली लोकांसारखं खाणं-पिणं. रविवारी बरेचसे लोक गावाबाहेर नदीकाठी जातात आणि तिथे अन्न शिजवून खातात. मजा करतात.''

''पण मला शिकारीला जायचं आहे.''

''मग शिकार की बारबेक्यू?''

''शक्य तर दोन्ही.''

यावर बिल हसला आणि म्हणाला, ''बरं, बरं. आपण दोन्ही जमवू.''

दुपारी रख्ख उन्हातून हिंडून आम्ही जिम आणि गोडिन या शिकाऱ्यांना भेटलो. आम्ही बारबाक्यूला गेल्यानंतर त्या ठिकाणी दिवस मावळताच येऊन त्यांनी आम्हाला गाडीतून रानातनं घेऊन जावं, असं ठरलं. घामाघूम होऊन मी हॉटेलवर आलो आणि उकाडा सोसत बिलची वाट पाहत राहिलो. साडेचार वाजता तो मला घ्यायला येणार होता.

ठरल्याप्रमाणे साडेचारच्या सुमारास गाडी आली. गाडीत बिल आणि त्याचा छकडा दोस्त होता. मला घेऊन झाल्यावर गाडी एका बंगलीपुढे उभी राहिली. लहान हनुवटीची आणि अटकर बांध्याची एक पोरगी येऊन गाडीत बसली. तिनं भलताच आखूड पोशाख घातला होता. चतकोर ब्लाऊज आणि नितकोर चड्डी! बरी गोष्ट ही, की ती थोडीफार लाजत होती. (ऑस्ट्रेलियातील पोरींना मुळीच लाजता येत नाही, असा माझा ग्रह झाला होता.) ही बहुधा बिलच्या मित्राची मैत्रीण असावी. गाडी आणखी एका बंगलीसमोर थांबली आणि टॉवेल, उशी असलं काहीबाही घेऊन एक प्रौढ बाई आल्या.

गावाबाहेर पडून धुराळा उडवत गाडी जाऊ लागली. आजूबाजूला सगळं ओसाड रान होतं. वठलेली, मोडलेली झाडं होती. वेड्यावाकड्या आकारांचे आणि काळ्याकुट्ट रंगांचे झाडांचे खुंट जागोजागी दिसत होते. खुरटी झुडपं होती. रानगवत होतं. भूमीवरून हिंडताना मला सारखं वाटत होतं की, आपण जुनाट अशा अज्ञात प्रदेशातून हिंडतो आहोत. झाडंझुडपं, माती, माणसांच्या परिचयाची नाहीत. ही नांदती भूमी नाही, वसाण आहे. गाव उठल्यावर पडझड झालेल्या वास्तू दिसतात. इथला निसर्ग वठून गेला आहे आणि पडझड मागं राहिली आहे.

पंधरा-एक मैल मागं टाकून गाडी उजवीकडे वळली आणि वरंघळीला लागली. गढूळ पाण्याशेजारी उभी राहिली. दोन्ही बाजूंना मातीच्या उंच डगरी होत्या. माती मिसळून गढूळ झालेल्या पाण्यानं वाहणारी नदी समोर गेली होती. आम्ही नदीच्या काठी आलो होतो. मला मेलबोर्नच्या यारा नदीची आठवण झाली. यारा दाखवून सिडनीकर ऑस्ट्रेलियन म्हणाला होता, ''धिस यारा टू थिंक टु स्विम इन अँड टु वॉक अपॉन.''

बिल म्हणाला, ''ही एकच नदी इथं आहे. रविवारी लाँगरीचमधले आणि आजूबाजूचे लोक बारबाक्यूला इथं जमतात. दोन्ही काठ पेटवलेल्या आगट्यांनी उजळून जातात.''

मी 'हं' म्हणालो, आणि गप्प बघत राहिलो. कुणी तरी म्हणालं, ''आपण लाकूडफाटा गोळा करू या.''

त्या दोन्ही बाया, बिल, त्याचा चिकना दोस्त इकडे तिकडे पांगले. डगरी वेंघत गेले. जळणाला तोटा नव्हता. वाळली झाडंझुडपंच सगळीकडे होती. थोड्याच वेळात पुरेसं जळण जमा झालं.

मग बिलच्या दोस्तानं मोटारीची मागली बाजू उघडून बिअरचं खोकं बाहेर काढलं. बाटल्या फोडून सगळ्यांच्या हातात दिल्या. गप्पागोष्टी, हसणं-खिदळणं सुरू झालं. हे चालू असतानाच मोटारीतून एक तीन पायांची मोठी शेगडी निघाली. ती सुटी केलेली होती. परातीएवढं मोठं एक लोखंडाचं घमेलं. त्याच्या बुडाला तीन पाय. घमेल्याच्या मध्यापासून वर एक नळी आणि त्या नळीवर जाळीचा तवा.

मंडळींनी लाकडं पेटवली आणि तव्याखालच्या घमेल्यात टाकली. धूर जाऊन जाळ झाला. चांगली आगटी पेटली. घमेल्यात लाल इंगळ दिसू लागले. मग चिरमुऱ्या कागदात गुंडाळून आणलेले, चरबीची झालर असलेले, तळहाताएवढे मोठेमोठे लाल मांसांचे तुकडे तव्यावर पडले. चर्रऽ चर्रऽऽ आवाज येऊ लागला. तांबडे भडक तुकडे भाजून काळे करडे दिसू लागले. खमंग वास सुटला.

मग आणखी दोन मोटारी आल्या. चार-सहा पोरं दीन वाजवत उतरली. एक नवरा-बायकोचं जोडपं उतरलं. त्या गाड्यांतून पुन्हा बिअरची खोकी निघाली. एका बाटलीवरच्या टोपण कोरेनं दुसऱ्या बाटल्यांची टोपणं फटाफट उडवली गेली. बिअरचा फेस आणि हसणं फसफसलं. मोकळ्या बाटल्या हव्या तशा चौफेर फेकल्या गेल्या. सिगारेटी पेटल्या. बायांनी ब्रेड कापून त्याला लोणी फासलं.

ब्रेडचे भले मोठे तुकडे घेऊन बिलनं त्यात भाजलेल्या मांसाचा तुकडा घातला. बिअरची उसळती बाटली आणि तो ऊन, झिरपता सँडविच माझ्या हाती देत तो म्हणाला, ''हे धर वेंकी, ऑस्ट्रेलियातला रानटी बुशमन अशाच तऱ्हेने खातो-पितो. आम्ही बारबेक्यू म्हणतो ते हेच!''

नव्या आलेल्या पोरांनी आणखी ब्रेड, आणखी बिअर, आणखी मांसांचे तुकडे आणले होते. पाच-पंचवीस मोकळ्या बाटल्या धुरोळ्यात, पाण्यात फेकल्या गेल्या. आणखी आगटी पेटली, आणखी तुकडे भाजले गेले. मंडळी नाचूबागडू लागली.

मी हळूच बिलला बोललो, ''बिल, आपल्याला शिकारीला जायचं आहे.''

बिलचे निळे डोळे चमकू लागले होते. श्वास जड झाला होता. मुळात लाल असलेला चेहरा आणखी लाल झाला होता.

तो म्हणाला, ''हो... हो, जिम आणि गोडिन आता येतील. मी त्यांना हा स्पॉट सांगितला आहे. ते गाडी, बंदुका घेऊन आता येतीलच. फार दूर जावं लागणार नाही. जवळ शिकार होऊन जाईल!''

आणि त्यानं बाटली धरलेला हात उंच धरून आमचा हा प्लॅन जाहीर केला. सर्वांनी ओरडून मला शिकारीला 'चांगभलं' गाजवलं.

हळूहळू सूर्य बुडाला आणि चंद्र वर आला. वाऱ्याच्या झुळका सुटून नदीचं दाट पाणी हलू लागलं. लॉंगरीचचा उदास मुलूख अरुवार चांदण्यानं उजळला. काळ्या सावल्यांचे वेगवेगळे आकार ठिकठिकाणी दिसू लागले. लाल आगटीच्याभोवती पाय पसरून बसून पोरंपोरी हळू आवाजात कुजबुजू लागली.

पोरांपैकी एक जण माझ्यापाशी आला, खाजगी आवाजात म्हणाला, ''तुला पोहायचं आहे?''

''नो, थँक्स.''

''मग त्या दरडीवरच्या झाडावर चढून आपण बसू या का?''

''नो, थँक्स! इफ यू डू नॉट माइंड, आय एम क्वाइट हॅपी हियर.''

''ऑलराइट मेट.''

मग ते पोरगं नितकोर चड्डीवाल्या पोरीला बगलेत घेऊन दरड चढलं. झाडाशी जाऊन उभं राहिलं. झाडापाठीमागे चंद्र होता. चांदण्यानं उजळलेल्या आकाशाच्या पार्श्वभूमीवर पसरलेल्या झाडाच्या फांद्या आणि बुंध्याला लागून उभं राहिलेलं ते तरुण जोडपं. छायानाट्य बघावं, तसं मी बघत राहिलो.

जराशानं दुसरं पोरगं आणि ती प्रौढाही उठली आणि दरड चढून वर गेली. झाडावर चढून बेचक्यात बसली. बाकीची तीन-चार पोरं पलीकडे घोळक्यानं उभी राहून काही बोलू लागली. ते जोडपं गाडीत, एकमेकांना बिलगून पाखरं बसावीत तशी बसली होती.

आगटीशेजारी मी एकटाच किती तरी वेळ बसून राहिलो.

मग शिकारीला जायचं होतं. सात वाजता येतो म्हणालेले बिलचे दोस्त अद्याप आलेले नव्हते. ते विसरले का? की ही जागा त्यांना सापडली नाही? माझी ही लॉंगरीचमधील शेवटची रात्र होती. उद्या सकाळी नऊ वाजता मी परत सिडनीला

जाणार होतो. एकदा ही संधी हुकली की, पुन्हा जंगलात जायला मिळणार नव्हतं.

जाळात काटक्या टाकत मी बसून राहिलो. बऱ्याच वेळानं वरून बिल म्हणाला, ''कम ओव्हर हियर वेंकी. हॅव अ ग्रॉग.''

मी उठून वर गेलो.

पोरांपैकी एक जण माझ्याशेजारी उभा राहिला. समोर चमकतं पाणी, पलीकडे काठावरची झाडं, स्वच्छ आभाळ आणि खळं केलेला चंद्र याकडे बघत तो पोरगा म्हणाला, ''किती सुंदर दृश्य आहे हे! तुला वाटत असेल, कुठं आपला देश राहिला, कुठं आलोय मी. या अनोळखी माणसांबरोबर कुठं उभा राहिलोय. किती विलक्षण आहे हे सगळं! मला वाटतं, ते दृश्य तू जन्मात कधी विसरणार नाहीस!''

''येस, शुअर, आय डू फील सो.''

बेचक्यात बसलेली बाई वरून विचारते, ''तुझ्या देशातल्या मुली आमच्यासारख्या मुलांत मिसळतात का?''

''येस मिस. काही काही.''

''खरंच? आणि बिअर? डू दे ड्रिंक वेंका?''

''नो मिस. नाही पीत. आमच्या राज्यात त्याला बंदी आहे.''

''बंदी म्हणजे काय, वेंका?''

''यू वूड नॉट नो. आमच्या राज्यात पिणं हे कायद्यात बसत नाही. कोणी प्यायलं, तर तो गुन्हा होतो.''

''खरं? मोठी गंमतच आहे म्हणायची! पण मग इंडियात तुम्ही पिता काय?''

''पाणी!''

''पाणी? म्हणजे अगदी साधं, चक्क नेहमीचं पाणी?''

''येस मिस. नेहमीचं साधं पाणी.''

''किती वेडेपणा – आय मिन द लॉ.''

''या – कुड बी.''

नदीचं गढूळ पाणी आता रुप्याचं झालं होतं. लहान हनुवटीची मुलगी आणि तो दांडगा ऑस्ट्रेलियन दरड उतरून पलीकडे गेले आणि एकमेकांचा हात हातात धरून त्यांनी पाण्यात उड्या घेतल्या. पाण्याचा चुबुक-चुबुक आवाज येत राहिला.

नऊ वाजून गेले. कुठं आहेत जिम आणि गोडिन?

''बिल''

''येस वेंका!''

''आपल्या शिकारीचं काय? फार उशीर झाला. चांदणी रात्र आहे, त्यात उशीर झाला, तर रानात काही दिसायचं नाही.''

''आय ॲम व्हेरी सॉरी वेंका. पण ते – जिम आणि गोडिन यायला पाहिजेत.''

मी अगदी हवालदिल होऊन गेलो. बारबेक्यूमध्ये आता मला काही रस राहिला नव्हता.

"हॅव अ बिअर?"

"नो थँक्स. मला आता पुरे, बिल."

"कसा काय वाटला आमचा बारबेक्यूचा बेत? मजेत आहेस ना?"

"नेव्हर बिफोर. थँक्स."

तीन मोटारींपैकी लग्न झालेलं जोडपं पेंगळून गावाकडे निघून गेलं. काही पोरंही गेली. ओलेती पोरगी टॉवेल गुंडाळून मोटारीत जाऊन बसली. पोरगा आगटीशी येऊन काटक्या टाकू लागला.

"बिल, आता थांबायचं की, आपलं परत जाऊन गुडूप झोपायचं?"

"आय वोंट नो, वेंका."

मग काही वेळ आम्ही दोघेही उगीच चमकतं पाणी पाहात राहिलो.

– आणि भसकन दरड उतरून मोटार आली. खाली पाण्याच्या काठाशी येऊन थांबली. आम्ही दोघेही उभे राहिलो.

बिल ओरडला, "कोण, गोडिनच का?"

"होय, होय!"

"अरे गृहस्था, किती उशीर! काय झालं रे?"

"आम्हाला ही जागाच सापडेना, मेट."

नदीचा सगळा किनारा पालथा घालून हे दोघे शिकारी आले होते. बिलनं सांगितलेली नेमकी जागा त्यांना सापडलीच नाही. माझं काळीज उडू लागलं. फार उशीर झाला, म्हणून हे आता बेत रहित करतात का काय?

"चलायचं का?" जिम खालून ओरडला.

मी म्हणालो, "हो-हो, चलायचं म्हणजे काय, आम्ही वाटच बघत होतो!"

गोडिन थोराड बांध्याचा, उंचापुरा ऑस्ट्रेलियन होता. अंगात दंडकं, खाली अर्धी चड्डी आणि कमरेला रिव्हॉल्व्हर. जिम पातळ अंगाचा आणि गमत्या चेहऱ्याचा होता. चेहऱ्याप्रमाणे त्याचं वागणंही होतं. त्यांच्याशी बोलताना मला सारखी जाड्या-रड्याच्या जोडीतील रड्याची आठवण येत होती. गोडिनच्या शिकारीसाठीच उपयोगात आणल्या जाणाऱ्या ट्रकमध्ये आम्ही चढलो. गाडी हाकणाऱ्या गोडिनपाशी बिल बसला होता. मी आणि जिम मागच्या हौद्यात शिरलो. हौद्यात नाना वस्तू होत्या. पेट्रोलची आणि पाण्याची डबडी, फावडं, दोरांची भेंडोळी, मोटार दुरुस्तीची हत्यारं, आणखीही इतर बऱ्याच भानगडी होत्या; पण अंधारात मला त्या दिसू शकल्या नाहीत. आम्ही दोघेही हौद्यात उभं राहून ड्रायव्हरच्या डोक्यावरच्या टपावर रेललो. माझ्या हातात टू-टू रायफल होती.

गाडी धुराळा उडवत निघाली. पाय खाली रोवून उभे होतो, तरी आम्हाला सारखा तोल संभाळावा लागत होता. वारा भणाणत होता.

''जिम, शॉटगन नाही का? टू-टूनं पाखरं मारता येतील? कांगारू मोठा जनावर आहे.''

''शॉटगन नाही रे. आम्ही टू-टूनंच कांगारू मारतो. नीट नेम धरून मारल्यावर कांगारूसुद्धा टू-टूनं पडतं.''

मी थोडा खट्टू झालो. एकही गोष्ट मनाजोगती नव्हती. एक तर चांदणी रात्र. स्पॉटलाईट वापरून शिकार करायला अगदी निरुपयोगी. त्यात हलत्या ट्रकमध्ये उभं राहून मारायचं. आपण उंचीवर आणि जनावर खाली. बरं, त्यातूनही माझ्या हातात असलेलं शॉटगन हे हत्यार नाही. टू-टू म्हणजे पोरासोरांचं खेळणं. स्लेट पाटीवर लिहायच्या पेन्सिलीसारखा बोटाच्या पेराएवढा तुकडा असतो. तेवढी टू-टूची बुलेट. ती लागून किती लागणार? मनोमनी पांडुरंगाला नमस्कार केला आणि म्हणालो, ''देवा, अब्रू जाऊ देऊ नकोस. शिकार मिळू दे.''

लाँगरीचचं भयाण जंगल सुरू झालं. धड काळोखी रात्र नव्हती आणि समोरचं जनावर लाईट न टाकता दिसेल, अशी लख्ख चांदणी रात्रही नव्हती. सगळं धूसर, अंधूक-अंधूक दिसत होतं.

जिम सारखा इकडे-तिकडे प्रकाशझोत फिरवत होता. म्हणत होता, ''तयार राहा हं, आता. 'रू' तुला कुठेही दिसेल!''

मी तयारच होतो. वारा कानाशी ओरडत होता. डोईचे केस आणि अंगातला शर्ट मागं ओढत होता आणि रॉवऽ रॉवऽ करत गोडिनचा शिकारी ट्रक रानात धावत होता. डावीकडे, उजवीकडे, खड्ड्यातून, बांधावरून मन मानेल तसा चालला होता.

मोटारीच्या झोतानं काळी झुडपं क्षणभर उजळत होती. पुन्हा गडद होत होती. खाली खुरटं, राठ गवत होतं. वठलेली झाडं जागजागी भीती घालत होती.

डाव्या हाताला काळ्याभोर झुडपांची दाटी होती. चांदणी आकाशाच्या पार्श्वभूमीवर ती मला ओळखू आली. मनाला वाटलं, या आडोशाला जनावर चरत असतील. जिमचा स्पॉटलाईट उजवीकडून डावीकडे सरकत होता. एकदम भसकन जनावरं उठण्याची शक्यता होती. माझे डोळे, कान एका जागी स्थिर झाले. शरीर सावध होऊन घट्ट उभं राहिलं.

आणि खरंच! त्या झाडीतून भसकन चार मोठी जनावरं बाहेर पडली. माझ्या रायफलचा खटका कटकन वाजला. जिम कुजबुजला, ''नो, ही 'रू' नव्हेत. एम ते. आपल्याला ते नको आहेत.''

''का?''

''त्यात हशील नाही. ब्लडी एम्ज.''

भूगोलाच्या चित्रात पाहिलेले 'एम' मोटारीपुढून आडवं वाऱ्यासारखं पळालं. धूसर चांदण्यात विरलं; दिसेनासं झालं. मी सेफ्टी कॅच मागं घेऊन अंग सैल सोडलं.

पुन्हा ट्रक पळू लागला. गचके-आचके बसू लागले. जिम आणि गोडिन एकमेकांशी मोठ्यानं बोलत होते. त्यांना चमत्कार वाटत होता की, एरवी शेकड्यानं दिसणारे कांगारू आजच कुठे गेले?

"जिम, सगळे साले कांगारू कुठे गेले रे आज?"

"अरे यार, चांदणी रात्र आहे. ते आपल्या बायांना मिठीत घेऊन पडले असतील. आपल्यासारखे गाढव नाहीत अशा अपरात्री जंगलात वाजवत हिंडायला."

मला काही हसू येत नव्हतं.

मध्येच एकदा अनेक हिरवे डोळे चमकले, "डोळे!"

"मेंढरं आहेत. मारायची जरुरी नाही. तुला ती मार्केटात कापून तयार मिळतील."

"फू:!"

रान हळूहळू बदलत होतं. अगदी निर्जन प्रदेशात आम्ही आलो होतो. वारा जास्त झोंबरा झाला होता. खुरटी झुडपं, ओघळी, खळगे यांनी भरलेल्या रानात आम्ही भटकत होतो. बिल केव्हाच झोपला होता. गोडिन खालून रस्ता विचारत होता. जिम 'वळ इकडे, फीर डावीकडे' असं ओरडून सांगत होता.

कांगारूचा पत्ता नव्हता. मी सिगारेटीवर सिगारेटी ओढत होतो. जिम सारखा स्पॉटलाईट फिरवत होता.

"जिम."

"हां!"

"आपण किती दूर आलोय?"

"पन्नास-साठ मैल. फार आलो. एरवी आतापर्यंत हजारभर कांगारू दिसायला पाहिजे होते."

"मग?"

"बॅड लक!"

मध्येच गोडिननं खालून ओरडून विचारलं, "जिम, आपण चुकलो नाही ना?"

माझ्या काळजात लक्‌लक् झालं.

जिम म्हणाला, "अजून नाही गोडिन, माझ्या दिशा लक्षात आहेत. माझ्या रेडिओ ट्रॅन्समीटरचा दिवा आपल्या डाव्या दिशेला आहे."

"दिसतोय?"

"छे, पण तो तिकडे आहे."

मग एकाएकी मला पुढे गवतात दोन पायांवर बसलेलं कांगारू दिसलं. सैल पडलो होतो, तो मोठ्या जलदीनं हुशार झालो; पण खाली मोटार चालवणाऱ्या

गोडिनचं ध्यान कुठं होतं कोण जाणे. त्यानं वेग कमी केला नाही. कदाचित गवतामुळे त्याला नेमकं दिसलं नसावं. मी उंचीवर होतो. मी घाईघाईनं बार घातला आणि साफ चुकलो. टाणटाण उड्या हाणत ते भलं मोठं जनावर उडालं आणि आवाजानं आणखी पाच, सहा, सात... किती तरी जनावरं जमिनीतून बाहेर आल्यासारखी आली आणि बघता बघता उडाली. मी पुन्हा पुन्हा टू-टूचे बार घातले. गोडिननं गाडी गचकन थांबवून खाली उडी घेतली आणि झोपेतून जाग्या झालेल्या बिलजवळची टू-टू घेऊन पळत्या जनावरावर बार घातले. तेही साफ चुकले. मी खाली उतरलो आणि धावलो. जिम घाईघाईनं प्रकाश फिरवू लागला. थोडा वेळ एकच धमाल उडाली. सगळे घामाघूम झालो.

पुन्हा ट्रक चालू झाला. स्पॉटलाईटनं झाडाखालच्या काळ्या सावल्या उजळू लागल्या आणि पुन्हा सुमारे तीस-एक यार्डांवर झाडाच्या बुंध्याशी बसलेलं कांगारू मी पाहिलं.

आता चुकून भागणार नव्हतं. जिमनं आणि गोडिननंही हे जनावर पाहिलं होतं. गाडीचा वेग कमी झाला आणि नीट नेम घेऊन मी बार घातला.

गोडिन ओरडला, "ही इज हिट!"

आणि तडकाफडकी खाली उतरून त्यानं दुसरा बार घातला. जिम ओरडला, "येस गोडिन, ही इज हिट!"

मी गप्प होतो, कारण बार घातल्यावर स्पॉटलाईट हिंदकळला आणि पुढे काय झालं, ते मला दिसलं नाही. दुसऱ्या माणसापाशी दिवा असल्यावर रानात असंच होतं.

खाली उतरलेला गोडिन पुन्हा चाकावर बसला. आवाज करत, गचके देत, वेडीवाकडी वळणं घेत, झाडं, खड्डे चुकवत, ज्या जागी कांगारूनं मान खाल्ला होता, ज्या जागी ट्रक जाऊन उभा राहिला.

आम्ही सगळे बाहेर पडलो.

खूप शोधाशोध केली, पण कांगारू सापडेना. पंधरावीस मिनिटं झाल्यावर जिम म्हणाला, "जाऊ दे. आपण दुसरं बघू. आता या जागी जनावरांना तोटा नाही."

गोडिननं ट्रक सुरू केला. आम्ही पुन्हा जोमानं हौद्यात जाऊन बसलो. थोड्या अंतरावर गेलो आणि ट्रक बंद पडला. काय झालं कोण जाणे. मला यंत्र या विषयात मुळीच गती नसल्यामुळे मी आपला हौद्यातच मांडी घालून बसलो.

मोटारीचं जाभाड उघडून जिम आणि गोडिन खटपट करू लागले. हे हत्यार आण आणि ते हत्यार आण, दिवा इकडे धर, या इथं धरून ठेव, असं त्यांचं बराच वेळ चाललं होतं. मी घड्याळात पाहिलं, रात्रीचा एक वाजून गेला होता.

जिम आणि गोडिन गाडीशी खटपट करत होते. स्पॉटलाईटशिवाय दुसरा दिवा नव्हता. त्यामुळे मला बंदूक घेऊन रानातही जाता येईना. मी खाली उतरलो. तिघे

जण जाभाडात मुंडकी घालून बघत होते. मीही तसं केलं, पण काय झालं होतं, हे मुळीच कळलं नाही. लॉंगरीचच्या त्या विलक्षण भूमीवर मी उगीच इकडेतिकडे हिंडू लागलो.

सिगारेट पाहिजे, म्हणून जिम मोटारीकडून माझ्याकडे आला. येतायेता वाटेत थांबला आणि ओरडला, ''लुक!''

''काय?''

मी जाऊन पाहिलं, तर माणसाची कवटी आणि हाडं एका जागी पडलेली होती.

हळू आवाजात मी विचारलं, ''माणूस दिसतो. काय झालं असावं?''

''आय वूड नॉट नो.''

चांदण्यात पडलेली हाडं पाहून मी मनाशी नाना तर्क केले. कदाचित हा माणूस डिंगोनं मारला असेल किंवा साप चावून मेला असेल किंवा तहानेनं मेलेला आदिवासी असेल.

मग मी फारसा हिंडलो नाही. हौद्यात येऊन सिगारेट ओढत बसून राहिलो. ऑस्ट्रेलियाच्या जंगलात मारलेल्या कांगारूचं कातडं घरी न्यायचं, ही आशा पार नाहीशी झाली.

बऱ्याच वेळानं गाडीचं इंजीन सुरू झाल्याचा आवाज आला. सगळ्यांचाच उत्साह गेला होता. विशेषत: बिल फार हैराण झाला होता.

तो म्हणाला, ''मला सकाळी सहा वाजता ब्रेकफास्ट आहे, आपण परत जाऊ या.''

आम्ही परत फिरलो. गावात पोचलो, तेव्हा तीन वाजायला आले होते.

शिकार मिळाली नाही, म्हणून शिकाऱ्यानं कधी नाउमेद होऊ नये म्हणतात. कारण जोपर्यंत हातात बंदूक आहे आणि रानात जनावर आहे, तोपर्यंत शिकार कुठं जात नाही. हा विचार आता माझ्यापुरता तरी खोटा होता. सकाळी दहाच्या विमानानं मी सिडनीला जाणार होतो आणि पुढच्या दोन दिवसात ऑस्ट्रेलिया सोडणार होतो.

गावात पोचल्यावर निरोप घेताना गोडिन म्हणाला, ''असो. निदान तू ऑस्ट्रेलियातील जंगल तरी पाहिलंस. जनावरंही पाहिलीस.''

''येस गोडिन, आय रियली डिड. थँक्स!''

''गुड नाईट.''

''गुड नाईट.''

मी सिडनीला पोचताच केन्सहून बॉब लोगनचं पत्र आलं, त्यात त्यानं लिहिलं होतं – लॉंगरीचला कांगारूच्या शोधला गेलेल्या तुमच्या शिकार पार्टीला नशिबानं हात दिला नाही, असं मी ऐकलं. गुड लक फॉर द 'रूज.'

■

। अकरा ।

परमेश्वर दयाळू आहे. आणि श्रेष्ठ उपकारकर्ता आहे, ह्यात तिळमात्र शंका नाही. मानवजातीला त्यानं मोठ्यात मोठं असं काही दिलं असेल, तर ते म्हणजे वाणी.

आता बोलता आल्यावर वक्तृत्व ही कला माणूस आत्मसात करणारच. पूर्वी, मनुष्यप्राण्याच्या वैभवकाळी, वक्तृत्वकला ही तत्त्वज्ञ, कवी, नट आणि शास्त्रज्ञ ह्यांच्यापुरतीच मर्यादित होती. पण पुढे मनुष्यजातीचा ऱ्हास होऊ लागला आणि वक्तृत्वकला ही भाषण करणं या दशेप्रत येऊन पोचली. त्यातच अनेक राष्ट्रांच्या घटनांनी भाषणस्वातंत्र्याचा उद्घोष केला आणि 'भाषण देणं' हा प्रत्येक माणूसप्राण्याचा हक्क ठरला. जेवणाच्या टेबलापासून कोपऱ्यावरच्या सभेपर्यंत कोणीही उभं राहून भाषण करावं, 'बंधू-भगिनींनो!'

आता तर, लोक निवडून येण्यासाठी भाषणं करतात, का भाषणं करण्यासाठी निवडून येतात, असा प्रश्न आपल्यापुढे उभा राहतो. बरं, ज्या कोणाला विनोदबुद्धी आहे, त्यानं हे सारं गंमत म्हणून सहन केलं असतं. पण कोणा शहाण्या शास्त्रज्ञानं लाउडस्पीकरचा शोध लावून अक्षम्य अपराध केला आणि हे एक नवं हत्यार भाषण देणाऱ्याच्या हातात आलं. ह्या शस्त्राच्या साहाय्यानं वक्ता आता प्रचंड लांबी-रुंदीच्या श्रोतृसमुदायाला हैराण करू शकतो. वर्तमानपत्रात प्रतिदिनी प्रसिद्ध होणारे फोटो पाहिले, तर त्यात मायक्रोफोनचा गळा पकडून लोकांना हैराण करणारे किती तरी जोरदार वक्ते आपल्याला आढळतात.

घटनेनं दिलेल्या भाषणस्वातंत्र्याचा उपयोग असा समाजाला उपद्रव देण्यासाठी सर्रास होऊ लागलेला आहे. कोणातरी राजकीय पक्षानं आता ह्या भाषणस्वातंत्र्यापासून श्रोत्यांना संरक्षण देणारा कार्यक्रम हाती घेतला पाहिजे. पुढच्या सार्वत्रिक निवडणुकीत हा पक्ष निश्चितच प्रचंड बहुमतानं निवडून येईल, ह्यात मला शंका नाही. माझ्यापुरतं बोलायचं, तर ह्याच पक्षाला मी

मत देईन.

परदेशात 'आफ्टर डिनर स्पीच', हा एक तापदायक प्रकार आहे. जेवणाच्या टेबलापाशी उभं राहून वक्ता बोलतो. तिथे असं बोलावंच लागतं.

ऑस्ट्रेलियात हे संकट मी बऱ्याच वेळा चुकवलं, पण जेवणं सारखी होत. आम्हा आठ-नऊ आशियायी लोकांना कुठं कुठं जावं लागे. कधी लॉर्ड मेयर ऑफ सिडनी ह्यांचं डिनर, तर कधी जनरल मॅनेजर ऑफ ए.बी.सी. ह्यांचं जेवण. कधी एक्स्टर्नल खात्यातर्फे, तर कधी रोटरी क्लब ऑफ मेलबोर्नतर्फे.

एकदा जेवणानंतर बोलण्याची पाळी माझ्यावर आली. शेजारी ऑस्ट्रेलियन रेडिओचे ग्रॅहॅम व्हाइट होते. त्यांना मी हळूच विचारलं, "काय बोलू मी?"

ते म्हणाले, "तू कथालेखक आहेस ना. मग भाषण कशाला करतोस? एक फक्कड गोष्ट सांग –"

मी सगळं धैर्य एकवटून उभा राहिलो. आणि गोष्ट सांगू लागलो :

एक गृहस्थ हौशी शिकारी होते. पण त्यांना समज चांगली होती. वाघाच्या शिकारीला जाताना सहसा ते आपल्या सोबत कोणाला नेत नसत. का, तर आपल्याबरोबर त्याचा जीव धोक्यात येऊ नये. कधी वाघाचा हल्ला झालाच, तर आपलं आपण संरक्षण करू, फार तर एकटंच मरू. दुसऱ्याला बरोबर न्यायचं, म्हणजे त्याच्या प्राणाची जबाबदारी घ्यायची. ती नको.

ह्या गृहस्थाचे दोन-तीन मित्र होते. त्यांना शिकार बघण्याची फार आवड. ते पुन्हा पुन्हा म्हणत की, "आम्हाला एकवार बरोबर घेऊन चला."

हा म्हणे, "नाही."

"का?"

"तुमचं संरक्षण करण्याची जबाबदारी माझ्यावर पडते."

"आम्ही आमचं बघून घेऊ. तुम्ही जिथं बसणार, तिथून आम्ही थोडं दूर बसू मचणावर आणि वाघ कसा येतो, तुम्ही बांधलेलं बकरं तो कसा धरतो, कसा खातो, मग तुम्ही त्याला कशी गोळी घालता आणि तो कसा मरतो, हे सगळं आम्हाला बघायचं आहे."

ही त्यांची भुणभुण बरेच दिवस चालू राहिली. आणि एके दिवशी वैतागानं हे गृहस्थ कबूल झाले.

वाघाची बातमी आली होती. जीपमध्ये बसून सर्व लोक जंगलाकडे गेले. आता आपल्याला काही तरी विलक्षण बघायला मिळणार, म्हणून सर्व जण उत्सुक होते.

सर्व प्रवासात हे तीन मित्र आनंदात होते आणि हा शिकारी मात्र अंतर्मुख होऊन गप्प बसून होता.

अखेर प्रवास संपला. जंगल आलं. अडचणीच्या जागी रेडा बांधलेला होता. आदल्या रात्री तो वाघाने अर्धवट खाल्लेला होता. म्हणजे आज तो येथे नक्कीच येणार.

दोन झाडांवर मचाणं बांधून तयार होती. एकावर शिकारी बसले. त्यांच्यापासून वीस-एक यार्डांवर दुसरं झाड होतं. त्याच्या वरच्या मचाणावर हे तिघे मित्र बसले.

हळूहळू संध्याकाळ झाली. जंगलातले आवाज शांत झाले. संधिप्रकाश मावळला, परंतु अंधार नव्हता. छान चांदणं होतं. मित्रांना रेडा आणि आसपासची जागा स्वच्छ दिसत होती. शिकारीचा सर्वच प्रसंग त्यांना नीट दिसणार होता.

रात्रीचे साडेआठ झाले न झाले तोच, बाजूच्या जंगलातून एक प्रचंड वाघ सावलीसारखा आला. तो अगदी स्पष्ट दिसत होता. सावधपणे चालत चालत तो आपल्या भक्ष्याच्या जवळ आला. थोडा वेळ थांबून त्यानं अंदाज घेतला. इकडे तिकडे पाहून घेतलं आणि काही धोका नाही ह्याची खात्री होताच, तो रेडा खाऊ लागला.

काड्ऽ काड्ऽ आवाज होऊ लागला.

तिघे मित्र शिकाऱ्याच्या मचाणाकडे अपेक्षेने पाहत होते. आता रायफलचा वार होणार आणि हा प्रचंड वाघ लोळणार, ह्याची त्यांना खात्रीच होती. कानात जीव गोळा करून ते ऐकत होते. एकटक बघत होते.

पण एवढ्यात काय घडलं कोण जाणे; थोडाफार आवाज झाला आणि ते शिकारी गृहस्थ पिकलं फळ पडावं, तसं बदकन झाडाच्या बुडात पडले!

खाण्यात गुंतलेला वाघ एकदम चार पायांवर उडाला आणि चकित होऊन हे काय घडलं, म्हणून पाहू लागला.

मित्रांच्या काळजाचं पाणी-पाणी झालं. मचाण सोडून खाली पडलेल्या शिकाऱ्याच्या हातात काही शस्त्र नव्हतं. त्याची रायफल वरच अडकून पडली होती. हे बघे मित्रही नि:शस्त्र होते.

शिकारी पडल्या जागी नीट सावरून बसले होते आणि समोर काळासारखा उभा असलेला वाघ बघत होता.

खाकी कपड्यातला हा माणूस बघताच वाघानं गुरगुर केली. शेपटीचा आकडा वळवला. वाघ दबला आणि एका झेपेत शिकाऱ्यापुढे आला.

बघणाऱ्या मित्रांनी डोळे मिटले आणि छातीवर हात ठेवले.

पाच-दहा सेकंद काही आवाज आला नाही, तेव्हा धारिष्ट्यानं त्यांनी डोळे उघडून पाहिलं, तर शिकारी झाडाबुडी सुखरूप बसून होता आणि तो प्रचंड वाघ कान पाडून, पायात शेपूट घालून आल्या वाटेनं मुकाट परत जात होता. त्यानं शिकाऱ्यावर हल्ला केला नव्हता. मित्र प्रथम चकित झाले आणि मग त्यांनी आनंदानं

झाडाखाली उड्या घेतल्या. वाघ निघून गेला होता. शिकारी गृहस्थ सुखरूप होते. अर्ध्या एक तासानं सर्व पार्टी जीपमधून परत घरी निघाली. संकट टळलं! देवानं चमत्कार केला. कथापुराणांतून ऐकत होतो ते आज प्रत्यक्ष पाहिलं, असं मित्रांना वाटत होतं.

शिकारी गंभीरपणे बसून होता. शेवटी हिय्या करून एका मित्रानं विचारलं, ''तुम्ही काय केलंत? वाघ निमूट परत कसा गेला?''

ह्यावर शिकारी मिशातल्या मिशांत हसला आणि म्हणाला, ''मी त्याला स्पष्ट सांगितलं. म्हणालो, मी तुझ्या तावडीत सापडलो आहे खरा. तू मला खाशील. पण ध्यानात घे, समोर माझे तीन मित्र आहेत. तुझं भोजन झाल्यावर त्यांना उद्देशून तुला आफ्टर डिनर स्पीच – जेवणानंतरचे चार शब्द – बोलावं लागेल.

एवढं बोलून मी भाषण संपवलं आणि खाली बसलो, तेव्हा एकच हशा उसळला आणि बराच वेळ टाळ्या वाजत राहिल्या.

■

| बारा |

सिंगापूरला वस्तू केवढ्या स्वस्त! त्यामुळे काय घेऊ आणि काय नको, असं मला झालं होतं.

एक ट्रॅन्झिस्टर घेतला फक्त एकशेपस्तीस रुपयांना. आपल्याकडे शेफर पेनची किंमत एकशेऐंशी रुपये; ते तिथे मिळालं फक्त पन्नास रुपयांना. इकडे ज्याला सहाशे रुपये पडतील, असा जर्मन कॅमेरा मिळाला अडीचशे रुपयांना. एक चिमुकलं मनगटी घड्याळ फक्त नव्वद रुपयांना मिळालं. सिल्क शर्टस, साड्या, लोकरी स्वेटर्स असं कितीतरी सामान मी खरेदी केलं.

सिंगापुरातला माझा मित्र म्हणाला, ''बाबा रे, कस्टम्सचे लोक तुला विमानतळावर नागवतील. सगळ्यावर ड्युटी भरावी लागेल. महत्त्वाचं सगळं सामान तू आपल्या हातातल्या कातडी बॅगेतूनच ने, म्हणजे त्यांनी बाकीच्या बॅगा उपसायला नकोत.''

त्याचप्रमाणे मी माझ्या ऑफिसबॅगमध्ये सगळ्या मौल्यवान चिजा भरल्या. ट्रॅन्झिस्टर, घड्याळं, पेनं, पासपोर्ट, एक ओपेलची अंगठी, कॅमेरा ह्या सगळ्या वस्तू वर ठेवल्या आणि सिंगापूरला विमानामध्ये चढलो.

मुंबईला पोचलो, तेव्हा रात्रीचे दहा वाजले होते.

कस्टम्सचं काम सुरू झालं. माझ्याबरोबर कोणी सिंगापूरहून तर कोणी जकार्ताहून, कोणी फिजीवरून तर कोणी कुठून आले होते. त्यांच्या बॅगा उघडून तपासण्याचं काम सुरू होतं. आता आपल्यावर पाळी केव्हा येते, म्हणून मी धास्तावलेल्या मनानं उभा होतो.

पासपोर्ट आतल्या साहेबाकडे गेला होता.

पंधरा-एक मिनिटांनी पांढऱ्या कपड्यातले अधिकारी आले आणि मला म्हणाले, ''साहेबांनी आत बोलावलं आहे.''

हे काय लफडं निघालं, म्हणून मी धास्तीनंच साहेबांच्या खोलीत गेलो, तर साहेब रुंद हसून म्हणाले, ''काय माडगूळकर, कसा काय झाला प्रवास!''

मी म्हणालो, ''उत्तम झाला.''

''कांगारूंची शिकार केलीत का तिकडे?''

"हो."

"मग आता आम्हाला प्रवासवर्णन कधी वाचायला मिळणार?"

मी त्यावर हसलो.

मग साहेब अधिकाऱ्यांकडे वळून म्हणाले, "अरे ह्यांना का थांबवलं आहे? जाऊ द्या त्यांना."

अधिकारी म्हणाले, "चला साहेब."

बाहेर आलो. आत बॅगा उघडून दाखवाव्या लागणार होत्या.

"हं. काय-काय आणलंत तुम्ही तिकडून?"

माझी कातडी ब्रीफकेस तयार होती.

"हा कॅमेरा."

"तो तुम्ही वापरला असणार."

"आँ?"

"तो राहू द्या. आणखी काय?"

"पेनं आहेत दोन."

"आणखी?"

"घड्याळ आहे, साड्या वगैरे आहेत नायलॉनच्या."

अधिकारी हसून म्हणाले, "असू द्यात. हे बघ, ह्या ट्रान्झिस्टरवर फक्त ड्युटी बसेल. केवढ्याला आणला?"

"नव्वद डॉलरला."

"मग नव्वद रुपये भरा."

मी नव्वद रुपये भरले. सिंगापूरच्या मित्रानं मला उगीचच घाबरवलं होतं.

रात्री अकरा वाजता विमानतळावरून निघालो. सगळे थोरमोठे प्रवासी आपापल्या गाड्यांतून गेले होते. कंपनीच्या बसमध्ये आम्ही दोघे-चौघे होतो.

खोदादाद सर्कलपाशी गाडी उभी राहिली.

मी उतरलो, टॅक्सी केली आणि घरी पोचलो.

साडेअकरा वाजले होते.

दोन दिवसांनी येणार म्हणून कळवून, मी आधीच आलो होतो. कारण जकार्तामधल्या अशांत राजकीय परिस्थितीमुळे मला तिथे राहता आलं नाही. माझं अनपेक्षित आगमन बघून सगळ्यांनाच आश्चर्याचा गोड धक्का बसला. इकडच्या-तिकडच्या गप्पागोष्टी झाल्या. मग साडूंनी विचारलं, "सिंगापूरला वस्तू फार स्वस्त मिळतात. काय काय आणलं तुम्ही?"

"बरंच! ट्रान्झिस्टर, घड्याळं, पेनं, ओपेल –" असं म्हणून मी ब्रीफकेस बघू लागलो, तर ती होती कुठं?

घाबऱ्या आवाजात मी विचारलं, "मी आलो, तेव्हा कातडी बॅग होती का माझ्या हातात?"

"नव्हती!"

"राहिली ती कंपनीच्या गाडीत!"

"सगळ्या वस्तू त्या बॅगेत होत्या?"

"होय ना."

भराभर कपडे करून मी आणि साडू खाली उतरलो. दादर स्टेशनच्या कोपऱ्यावरच्या हॉटेलातून विमानतळावर फोन केला, तर उत्तर मिळालं की, "कंपनीची गाडी आता फोर्टमध्ये गेली. रात्री ती तिथंच राहील. सकाळी चौकशी करू."

मी निराश होऊन म्हणालो, "छे! बॅग आता काही सापडणार नाही."

साडू म्हणाले, "पोलिसात वर्दी तरी देऊ."

"वर्दी देऊन कधी काही सापडलं आहे का?"

"बघू, वर्दी तरी देऊ."

पोलिसस्टेशन फार लांब होतं. तरी आम्ही चालतचालत गेलो.

फौजदारसाहेब झोपाळल्या डोळ्यांनी काही लिहीत बसले होते.

बॅग गेल्याचं सांगताच ते म्हणाले, "किती चुकता तुम्ही लोक. सगळं महत्त्वाचं सामान एका बॅगेत कशाला ठेवायचं?"

मी म्हणालो, "ते चुकलंच. पण आता उपाय काय?"

"टॅक्सीचा नंबर लक्षात आहे का?"

"नाही बुवा."

"मग कसा पत्ता लावणार तुम्ही?"

"बघा, प्रयत्न करून."

डोक्यात भयंकर गोंधळ झाला होता. बॅग विमान-कंपनीच्या बसमध्ये राहिली का टॅक्सीत राहिली का विमानातच राहिली? छे, कस्टम्सला ती दाखवली होती की. मग बहुतेक टॅक्सीतच राहिली.

फार हळहळ वाटली. मौल्यवान वस्तू गेल्याच होत्या, पण महत्त्वाची कागदपत्रंही त्यात होती. बॅग आता सापडणं अशक्य होतं. अत्यंत विषण्ण चित्तानं चालतचालत परत निघालो.

दादर स्टेशनपुढे कोणी पोलीस आणि टॅक्सीवाला उभा होता. त्याला दुरून बघून साडू म्हणाले, "का हो, ही तुमचीच टॅक्सी नाही ना?"

"कशी असेल?"

"बघू या तर खरं.'

जवळ जाताच टॅक्सीवाला म्हणाला, "हेच ते साहेब. अहो, तुमची बॅग राहिली

होती टॅक्सीत.''

पोलिसाच्या हातात बॅग होती.

मला विलक्षण आनंद झाला.

टॅक्सीवाला म्हणाला, ''बघा उघडून. मी गाडी गॅरेजमध्ये लावायला लागलो, तर बॅग दिसली. ती परत करावी, म्हणून जिथं तुम्हाला सोडलं, त्या इमारतीपाशी आलो. पण तुम्ही कितव्या मजल्यावर, कुठं राहता हे कसं कळणार? म्हणून इथं थांबलो होतो.''

मी ड्रायव्हरला दहा रुपये काढून दिले. म्हणालो, ''वा! तुमच्या प्रामाणिकपणाला तोड नाही.''

इतका वेळ गप्प असलेला पोलीस म्हणाला, ''तुम्ही वर्दी दिली होती म्हणता, तर आता परत गेटावर गेलं पाहिजे. बॅग सापडली, हे सांगितलं पाहिजे.''

टॅक्सीवाला म्हणाला, ''चला.''

तिघंही टॅक्सीनं गेटावर गेलो. फौजदार म्हणाले, ''तुम्ही मोठे नशिबवान दिसता! असं कधी घडत नाही.''

परत जाताना मी त्या पोलिसालाही पाच रुपये दिले. सलाम करून तो संतोषानं निघून गेला.

आम्हाला घरापाशी सोडताना टॅक्सीवाला म्हणाला, ''साहेब, मराठी माणूस म्हणून एवढं घडलं बरं का.''

नंतर इतर काही जातींची आणि प्रांतांची नावे घेऊन तो म्हणाला, ''अशांपैकी टॅक्सीड्रायव्हर असता, तर तुम्हाला आशाच नव्हती. त्यानं आधी बॅग उघडून बघितली असती. दीड-दोन हजार रुपयांची लॉटरी कोणी सोडली असती हो?''

मी म्हणालो, ''खरी गोष्ट आहे, टॅक्सीवाले!''

एखादा शीख दुसऱ्या शिखाला, एखादा मुलसमान दुसऱ्या मुसलमानाला, एखादा भय्या दुसऱ्या भय्याला हेच म्हणाला असता, हे मला ठाऊक होतं!

■

। तेरा ।

मध्य ऑस्ट्रेलियामधल्या वैराण भागात असलेल्या लाँगरीच गावी, एक मोठं शीपस्टेशन बघायला गेलो, तेव्हा विलीविली मला भेटला. ह्या स्टेशनच्या मालकीचं जे प्रचंड रान होतं, त्यात वीस-वीस मैलांच्या अंतरावर खोदलेल्या एका बोअरवर तो राखणदार होता.

आपल्या दोन बायका, पोरंबाळं आणि बरीच कुत्री सांभाळून तो तात्पुरत्या झोपडीत राहत होता. चार मेंढकी भुईत रोवून आणि आडव्या वाशांवर डहाळे, फांद्या अंथरूण, त्यानं झोपडी उभारलेली होती. माणदेशातले शेतकरी रानात घोडखोप उभी करतात, तिची आठवण मला विलीविलीची झोपडी बघून आली. एक मागली बाजू सोडली, तर झोपडी तिन्ही अंगांनी उघडीच होती.

विलीविली काळा ऑस्ट्रेलियन होता. खाली भूमी आणि वर आभाळ असंच राहायची त्याला सवय होती. माकडाप्रमाणे त्याच्या जातीचे लोकही घर बांधायला कधी उत्सुक नसतात. दगडाच्या आडोशाला किंवा झाडाखाली राहावं आणि शिकारीपाठोपाठ दुनियाभर भटकावं, त्यात त्यांना खरा आनंद असतो.

विलीविलीचा शब्दश: अर्थ – आपल्याकडे कधी रानात अचानक उठते, तशी वावटळ. मध्य ऑस्ट्रेलियाच्या वैराण रणरणत्या वाळवंटावरून वारा वाहता-वाहता एकदम गिरगिरणारी वावटळ उठते. ठोकलेल्या तंबूची रांगच्या रांग उधळून टाकते आणि धुरोळा, पालापाचोळा, हे – ते घेऊन तांबड्या धुळीचा खांबच्या खांब आभाळात उभा चढतो; पाचोळा आणि धुराळा – हजार बाराशे फुटापर्यंत उंच उडवतो. या प्रकरणाला क्वीन्सलँडच्या प्रदेशात ‘विलीविली’ म्हणतात.

हे असलं नाव शोभेल, असा विलीविली काही अक्राळविक्राळ नव्हता. आपला उगीच भाबडा, येडाबागडा दिसत होता. आपल्याकडचे कातकरी, वारली दिसतात तसा.

मी आयुष्यात पहिल्यांदाच इतक्या दूरवरच्या परक्या

देशात आलो होतो. दोन-अडीच महिने मेलबोर्न, सिडनीसारख्या शहरात होतो. तोवर फारसा बदल वाटला नाही, पण लाँगरीचला आल्यावर सगळं उदासवाणं, खिन्न वाटलं.

लांबच लांब क्षितिजापर्यंत पोचलेली सपाट रानं; विटक्या, हिरव्या रंगाचं खुरटं गवत; कधी न बघितलेली पाखरं, जनावरं, झुडपं; वठलेली, काळी पडलेली, तुटकीमोडकी झाडं जागोजाग उभी. सर्वत्र भयाण शांतता. सतत डोक्यावर उंच फिरणाऱ्या घारी... आणि टळटळणारा सूर्य.

विलीविलीच्या शेडपलीकडे एकच एक प्रचंड बाओबाव वृक्ष होता. अगडबंब बुंध्याचा आणि गाठाळ फांद्यांचा. त्याच्या खाली जाऊन आम्ही सावलीला बसलो, सिगरेटी पेटवल्या.

मला सारखी माडगूळची आठवण येत होती. पाणी दिलेल्या खपलीचा गार वास आठवत होता. संध्याकाळी कानावर येणारी निंबाच्या डहाळ्यांची सळसळ, गुरांचं हंबरणं, चिमण्यांचा सांजगोंधळ ऐकू येत होता.

दिवाळी आठवत होती....

माडगूळला आता घरात तळणं चालली असतील – रात्री सगळी कामं आटपल्यावर आई आणि आक्का करंज्या, अनारसे तळायला बसत.

चव बघायला आई केव्हा बोलावतेय, याची वाट बघत मी पासोडीत जागा!

डोळ्यात झोप उतरलेली.

सोप्यात कंदिलाच्या उजेडात दादा, आप्पा, अंगाला चिलमीचा वास येणारे डांबरी रंगाचे तुकाराम पाटील, फक्त ओठांच्या दोन्ही कडेला थोड्या थोड्या मिशा असलेले 'च्याआयची घडघड' असं वारंवार म्हणणारे, थुलथुलीत अंगाचे विनूतात्या, सोंगट्याचा पट मांडून बसलेले. आता पहाटे थंडी सुटली, आंघोळीसाठी बोलावणी आली, म्हणजे हे सगळे दादांचे मित्र आपापल्या घरी आंघोळीला जाणार... तोपर्यंत ह्यांचा हा खेळ चालणार... कवड्या सारख्या खुळखुळत राहणार... चिलीम सारखी फिरत राहणार....

कुठंतरी कुकबरा पक्षी 'हा, हा' करून मोठ्यांदा हसला. विलीविली मला म्हणाला, "हा भाग दुष्काळी आहे. एका एकरात वर्षभर फक्त दोन मेंढरं जगतात."

"आमच्या मुलखातसुद्धा पाऊस फार कमी पडतो, पण दोन मेंढरांना एक एकर देण्याइतकी जमीनच नसते. मग माणसं, मेंढरं जगवायला दुसऱ्या मुलखात जातात."

विलीविली गंभीर चेहऱ्यानं ऐकत होता. तो म्हणाला, "आणि आमच्याकडे डिंगो आहेत. ते मेंढरं मारतात. डिंगोंना मारणारा माणसाशिवाय दुसरा प्राणी नाही. एक डिंगो मारला की, पंधरा शिलींग बक्षिस मिळतं."

आमच्याकडेही लांडगे होते. लांडग्याचं एक शेपूट चावडीवर दाखवलं की, रुपया मिळे. ही हकिकत बाळासाहेबपंत औंध संस्थानचे राजे होते, तेव्हाची. मेटकरवाडीत अलीकडे लांडगा मारला आणि बक्षीस मिळेल, म्हणून तालुक्याला बैलगाडीत घालून दाखवायला नेला, तर त्याला म्हणे वन्यपशुसंरक्षण कायद्यानुसार ताकीद मिळाली. बक्षिस-बिक्षिस काही नाही.

पण ही हकिकत विलीविलीला सांगून समजलीही नसती.

तो मला समजावून सांगत होता.

''डिंगो कुठून आले माहीत आहे का? आशियातनं. हजारो वर्षांमागं आशियापासनं हा भाग वेगळा झाला. मग काही वर्षांनी आमच्यासारखी काही काळी माणसं तराफ्यावरनं आली. त्यांच्याबरोबर ही कुत्री आली....

''फार हुशार जात. वाटेल ते केलं तरी सापळ्यात सापडत नाही. विषारी आमिष टाकलं, तरी त्याला तोंड लावत नाही. डिंगोचं खाद्य म्हणजे रानातले पक्षी, जनावरं. पुढे गोरे लोक आले. त्यांनी बरोबर मेंढरं आणली. डिंगोंना मेंढरं मारायला सोपी वाटतात. गोऱ्या माणसांना आवडत नाहीत डिंगो. म्हणून एका डिंगोचं मुंडकं दाखवलं की पंधरा शिलिंग....''

''आणि विली, तू कांगारूंच्या शिकारीला जातोस? मी गेलो परवा रात्री, पण काही मिळालं नाही. मला पॉईंट टू-टूनं मारायची सवय नाही. रात्री मला शॉटगन हवी होती.''

विली ह्यावर रुंद हसला.

मला वाटलं, त्याला बहुतेक म्हणायचं होतं, 'अरे, ऑस्ट्रेलियातल्या काळ्या माणसाला तू शिकार करतोस का, म्हणून काय विचारतोस? आम्ही शिकारी म्हणूनच जन्माला येतो. ह्या तांबड्या मातीतून एखादा सरडा जाऊ दे. आम्ही तुला त्याचा माग बरोबर काढून दाखवू.'

मग तो जागचा उठला आणि कुल्ले झाडत म्हणाला, ''चल, तुला गंमत दाखवतो.''

फार वेळ चालावं लागलं नाही. वाळूनं खड झालेल्या एका झऱ्यापाशी विलीनं मला आणलं होतं. त्या जागेचा रागरंग बघूनच माझ्या लक्षात आलं की, हे वाळून गेलेलं पाण्याचं डबकं होतं.

मग विलीनं अणकुचीदार लाकडानं बराच खोली डबरा काढला. हा ह्या उकिरड्यातून आता काय काढतोय, पाणी काढून दाखवतो काय, म्हणून मी बघत होतो; पण वर निघालेली सगळी माती कोरडीच होती. शेवटी काखहात खड्डा झाल्यावर भुईवर आडवं पसरून विलीनं आत हात घातला, चाचपलं आणि मातीनं भरलेलं, वाळून खड झालेलं बेडूक बाहेर काढलं. रुंद हसून तो म्हणाला, ''हे अजून

जितं आहे.''

मला खरं वाटलं नाही.

पुन्हा आम्ही विलीच्या झोपडीत आलो. पाण्याची बादली घेऊन त्यानं ती वाळलेली बेडकी आत टाकली. मी बघत होतो. काही मिनिटांच्या त्या वाळल्या बेडकीचा टरटरीत चेंडू झाला आणि डोळं काढून आम्हाकडे बघू लागला. मी थक्क होऊन बघत राहिलो.

विली म्हणाला, ''दुष्काळ पडायच्या आधी ही बेडकं पोटात पाणी भरून घेतात आणि जमिनीखाली गप्प बसून राहतात. पुन्हा पाणी पडेपर्यंत ह्या पाण्यावर जगतात. आम्हाला हे ठाऊक असतं. प्रवासात पाणी मिळेनासं झालं की, आम्ही लोक ही बेडकं शोधतो. चार बेडकं मिळाली की तहान भागते....''

मी डोळे मोठे करून म्हणालो, ''हो?''

''हो. एवढंच काय तुला, आता दाखवायला जवळपास नाही; पण मध पोटात साठवणाऱ्या मुंग्या असतात. त्यांची वारुळं आम्हाला ठाऊक असतात. वाळवंटात भटकताना भूक लागली की, आम्ही ह्या मुंग्या एक एक तोंडात टाकतो. आणि मध खातो.''

मला गोंदणीचे लालचुटूक माणकासारखे घोस आठवले. मधल्या सुट्टीत शाळेतून सटकायचं आणि ओढ्याकाठच्या गोंदणीच्या झाडावर बसून गोंदण्या खायच्या. चिकट तोंडानी आणि चिकट हातांनी शाळेत येऊन गुपचूप खर्डे गिरवायचे.

झोपडीतून एक लांबोडकं चोपलेलं कुत्रं आळसावल्या अंगानं आलं आणि विलीशेजारी येऊन दोन पायांवर बसलं. मी त्याच्या दिशेनं हात उचलताच विली म्हणाला, ''हां सांभाळ. तो भरवशाचा नाही.''

त्यानं कुत्र्याला वाळली काटकी फेकून मारली. तेव्हा टणकन उडून ते झोपडीकडे गेलं आणि तिथल्या सावलीत पसरलं. काही वेळानं एक नागडं-उघडं पोर झोपडीतून रांगत आलं आणि त्याच्याशी खेळू लागलं.

झोपडीकडून कण्हण्याचा आवाज आला.

माझा प्रश्नार्थक चेहरा बघून विली म्हणाला, ''काही विशेष नाही.''

मी विचारलं, ''तुझं हे स्टेशन केवढं मोठं आहे?''

''फार मोठं. सत्तर हजार गुरं आणि पंधराशे घोडी आहेत.''

''तुम्ही किती जण देखभाल करता?''

''पंचवीस एक गोरे लोक आणि आम्ही काळे शंभरभर.''

''किती वर्षं झाली इथं नोकरी करून?''

''सात महिने. मनात येईल तेव्हा रामराम ठोकायचा आणि शिकार करत भटकायचं. पुन्हा कुठं तरी काम मिळतंच.''

अंगात परॉक घातलेली, डोक्यावर कसलंसं टोपलं असलेली बाई झोपडीकडून आली. हसत-हसत तिनं बिअरची डबडी आणि भाजलेल्या मांसाचे तुकडे ब्रेडमध्ये घालून आणून दिले. ती विलीच्या कानात काहीतरी कुजबुजली आणि एमू जावा, तशी तुरगत झोपडीकडे गेली. माझ्याकडे बघून विली म्हणाला, "मला पोरगा झाला. मघापासनं मी बातमीचीच वाट बघत होतो."

रंगीबेरंगी पोपटांचा एक थवा कलकलाट करत आमच्या डोक्यावरून गेला.

"कॉंग्रॅच्युलेशन्स विली!"

बिअरचं डबडं उचलून मी तोंडाला लावलं. पाण्यात टाकून ठेवलेली बिअर गार नव्हतीच.

"मुलगा! नाव काय ठेवशील?"

"तू सांग. चांगलं नाव दे माझ्या पोरग्यासाठी."

माझ्या डोक्यात मधून मधून दिवाळी येतच होती. थंड सकाळी अंगणात बसून आई शेणाचे पाच पांडव करते आहे. अंगाला लावलेल्या कामिनिया तेलाचा, उटण्याचा वास येतो आहे. मी दोन पायांवर बसून बघतो आहे. हातात करंजी आहे.

सर्वांत भीम लठ्ठ.

'कोण गं आई हा? एवढा मोठ्ठा?'

'अरे हा भीम. शूर होता ना सगळ्या भावांत!'

"विली, त्याचं नाव ठेव भीम – भीम...."

विलीनं, तोंड वेडंवाकडे करत नाव दोन-चार वेळा म्हणून घेतलं.

"छान, बरोबर. भीमू – बी एच आय एम यू –"

"भिमू?"

"येस."

"ॲन्ड हु वॉज दॅट ब्लोक? नेव्हर ऑफ हर्ड हिम!"

"तू कसा ऐकणार त्याचं नाव? हजारो वर्षांमागं तो होऊन गेला. सातासमुद्रापलीकडे... ही वॉज व्हेरी बिग –"

मी छाती फुगवून खांदे मागे केले.

विलीचे डोळे लकाकले.

"तो योद्धा होता का?"

"फर्स्ट क्लास! झाडं उपटून तो शत्रूला झोडपायचा."

"आणि शिकार करायचा?"

मला फक्त भीमानं केलेली बकासुराची शिकार आठवत होती आणि हिडिंबाची.

"येस, ही वॉज अ ग्रेट हंटर टू!"

"टेल मी द टेल."

बाप रे! सगळे महाभारत आणि तेही इंग्रजीतून विलीला सांगायचं म्हणजे पंचाईतच.

मग मी बकासुराची गोष्ट रंगवून रंगवून सांगितली. गाडाभर अन्न, दोन रेडे, एक ब्राह्मणपुत्र असं जबरदस्त जेवण घेणारा बकासुर – त्याला भीमानं कसा लोळवला, हैराण झालेले लोक कसे आनंदून –

विलीला नाव भलतंच आवडलं.

कमरेच्या पट्ट्यातून आपला शिकारी चाकू काढून माझ्या हातात देत तो म्हणाला, "ह्या झाडाच्या बुंध्यावर माझ्या पोराचं नाव खोद."

नाव खोदता-खोदता मी घामाघूम झालो.

असल्या गरम हवेत कांगारू घोड्याच्या आडोशाला गप्प बसून राहतात, ती उगीच नाही. हालचालीनं, श्रमानं शक्तिपात होतो.

सुतार उत्तमसा, पाळणा नाही. नाव ठेवायला आत्या नाही. 'कुणी गोपाळ घ्या कुणी गोविंद घ्या', असं म्हणत गोपा नाचवणाऱ्या सवाष्णी नाहीत. कुणी बाळाच्या कानात भुर्रऽ करून नाव सांगितलं नाही, पण विलीच्या पोराचं नामकरण झालं.

राक्षसी झाडाच्या बुंध्यावर मी ते कोरलं आणि चेहऱ्याभोवती फिरणाऱ्या माशा टाळीनं मारत विलीनं ते बघितलं. बास! एवढाच नाव ठेवण्याचा समारंभ. बिअरच्या डबड्यातला शेवटचा थेंब जिभेवर टाकून आम्ही डबड्याचं फुटबॉल हवेत उडवलं.

लाँगरीचच्या लहानशा रेडिओ स्टेशनवर काम करणारा बिल मला विलीच्या स्वाधीन करून, दीडशे मैलांवर कुणाचं रेकॉर्डिंग करायला गेला होता, तो जीप उडवत आला. कपड्यांवरचा धुराळा झाडत खाली उतरला. म्हणाला, "हॉप इन मेट! लेट अस गो."

मी विलीला पुत्र झाल्याची शुभवार्ता त्याला सांगितली. कोरलेलं नावही दाखवलं. ह्या काळ्या माणसाला पोर झालं, ह्याचं काही कौतुक त्याला नसावं.

एक हात वर करून मी विलीचा निरोप घेतला. त्याची माझी गाठ आता ह्या जन्मात पुन्हा पडायची नव्हती. धुराळ्यानं भरलेल्या रस्त्यानं जीप गचके घेत होती. बिल विचारत होता, "डिड् यू एन्जॉय विलीज कंपनी व्हेंकी?"

ह्या गोष्टीला आता अनेक वर्षं उलटून गेली आहेत. तुमच्यापैकी कुणी कधी ऑस्ट्रेलियाला जाल, तेव्हा लाँगरीचला जाच; तडक रेडिओ स्टेशनवर जा. कुणी तरी किथ फ्रँकलिन किंवा बॉब लोगन किंवा ग्रॅहम व्हाइट, तिथला रुरल ऑफिसर असणारच. त्याला विनंती करा की, "गड्या काहीही कर, पण मला व्हिक्टोरिया डाऊन्स ह्या कॅटल स्टेशनला घेऊन चल –" बहुतेक तो नाही म्हणणार नाही. रुरल ऑफिसर हा फार उमदा माणूस असतो.

सगळं स्टेशन फिरून झालं, ढेरपोट्या स्टेशन बॉसचा पाहुणचार घेतला की,

बारा नंबरच्या बोअर विहिरीवर चक्कर टाका. तो प्रचंड बाओबाब वृक्ष तिथे अजून असणारच. तिथे मी कोरलेलं नाव तुम्हाला दिसेल.

भिमू आता चांगला मोठा झाला असेल. त्याच्या किंवा इतर कुठल्या तरी शीपस्टेशनवर तो आता स्टॉकमन होऊन सारखा घोड्यावर असेल. तो तुम्हाला दिसेल न दिसेल, पण विली बहुतेक भेटेल. तो आता थकला असेल.

त्याला आठवण द्या आणि माझा सलाम सांगा. म्हणावं, त्या वेळेला सांगायचं राहून गेलं, पण आणखीन एक भिमू नावाचा प्रचंड मोठा माणूस आमच्याकडे होऊन गेला.

साहजिकच विली म्हणेल, ''टेल मी द टेल.''

मग झाडाखाली बसून त्याला सगळी कहाणी सांगा. ∎

www.ingramcontent.com/pod-product-compliance
Lightning Source LLC
Chambersburg PA
CBHW071135250626
47159CB00006B/2233